AF765551

# KINH THƠ
# VIÊN GIÁC

**KINH THƠ VIÊN GIÁC**

**NHƯ NINH NGUYỄN HỒNG DŨNG**

*soạn theo thể thơ lục bát*

Copyright @ 2025 Nguyễn Hồng Dũng
Bản quyền thuộc về tác giả.

@All rights reserved. No part of this book may be reproduced by any means without prior written permission from the author.

Để Pháp Phật được lưu chuyển, quí vị nào muốn phát tâm ấn tống hoặc đưa lên trang mạng, vui lòng gọi (408) 482-4357.

ĐA TẠ

NHƯ NINH NGUYỄN HỒNG DŨNG

# 圓覺詩經

改寫為六八詩體

如寧阮洪勇

# KINH THƠ VIÊN GIÁC

2026

NHÀ XUẤT BẢN LIÊN PHẬT HỘI
UNITED BUDDHIST PUBLISHER (UBP)

# MỤC LỤC

# ĐÔI LỜI VỀ KINH VIÊN GIÁC

*Của Cư sĩ Thiện Quả Đào Văn Bình*

Kinh Viên Giác là kinh đại thừa đốn giáo dành cho hàng Bồ Tát đã vào địa, tu thẳng tới cảnh giới Phật bất khả tư nghị. Kinh này đã được cụ Thích Huyền Cơ dịch năm 1951 tại Hà Nội và Hòa Thượng Thích Thiện Hoa dịch năm 1957.

Theo cụ Thích Huyền Cơ, Viên Giác là con mắt của mười hai bộ kinh. Nó không những bao trùm hết Tứ Giáo (*), như gương trong sáng, gặp vật gì cũng hiện rõ, lại còn trên cỡ phân biệt của tứ giáo. Nó không thuộc phạm vi phân biệt. Nó là hiện tượng không danh từ.

Tôi đã có duyên may nghiên cứu và đọc tụng kinh này trong thời gian còn ở tù tại Trại Hà Tây Miền Bắc năm 1980 do anh em hối lộ cai tù đem được vào trại những bộ kinh như

Pháp Hoa, Viên Giác, Kim Cang và Thiền Luận của đại sư Suzuki. Có điều ngạc nhiên là hằng đêm tôi đọc tụng kinh này rất thoải mái nhưng một số anh em nói rằng khi tụng thì thấy ma quỷ hiện lên. Có lẽ các anh em này không có duyên với Viên Giác. Thậm chí hầu hết các chùa, các thầy ở Việt Nam cũng như hải ngoại ít khi giảng thuyết hay đọc tụng Kinh Viên Giác. Điều này cũng dễ hiểu vì chỉ có Đức Phật mới có thể hiểu và thuyết giảng kinh này. Hiểu một câu kinh trong bộ kinh này đã là phước đức thù thắng cho người có căn tính Đại Thừa.

Kinh Viên Giác uy nghiêm và linh thiêng tới nỗi khi nghe Phật nói xong, các Ông Phạm Vương, 28 Thiên Vương, Tu Di Sơn Vương, Hộ Quôc Thiên Vương đã đứng dậy đảnh lễ chân Phật, nhiễu quanh ba vòng, bạch Phật rằng: Thưa Thế Tôn, Chúng tôi cũng xin hộ trì gìn giữ người trì kinh này để được yên ổn, tâm không thoái lui. Còn Đại Lực Quỷ Vương Cát Bàn Trà cũng hứa với Phật là sẽ xin hộ trì và gìn giữ người trì kinh này. Trong một do tuần chỗ người ấy ở, nếu có quỷ thần xâm nhập, chúng tôi sẽ đánh nát ra như tro bụi.

Nay cư sĩ Như Ninh Nguyễn Hồng Dũng phát tâm thi hóa bộ kinh này thật là hy hữu và đạo tâm rất lớn. Cũng theo lời Phật dạy, chúng ta đang ở vào thời mạt thế. Chỉ có Viên Giác mới có thể đưa chúng sinh ra khỏi thời kỳ đen tối. Do đó hàng Phật tử và cư sĩ dù chưa hiểu hết, cần có bộ kinh này trong nhà. Đức Phật nói rằng nhà ai có bộ kinh này tức có tháp miếu thờ Phật, công đức không thể nghĩ bản, khi vãng sinh sẽ không bao giờ lạc vào ác đạo.

*Nam Mô Hoan Hỷ Tạng Bồ Tát*
***Thiện Quả Đào Văn Bình***

(*) *Tứ giáo bao gồm: Thanh Văn Thừa Giáo, Duyên Giác Thừa Giáo, Bồ Tát Thừa và Nhất Phật Thừa Giáo.*

# LỜI GIỚI THIỆU
# KINH THƠ VIÊN GIÁC

*Của Cư sĩ Nguyên Toàn Trần Việt Long*

## I.- CƯ SĨ NHƯ NINH VỚI KINH THƠ VIÊN GIÁC.

Cư sĩ Như Ninh Nguyễn Hồng Dũng, pháp danh Như Ninh, sinh tại Quảng Ngãi, sớm có duyên lành với Phật pháp. Năm lên năm tuổi (1961), Cư sĩ được quy y với Hòa thượng Thích Trí Hưng tại chùa Từ Lâm, Quảng Ngãi, và chính thức bước vào con đường tu học.

Thuở thiếu thời, Cư sĩ là một trong số ít Pháp tử của "Nhóm Thập Thiện", được đào tạo nghiêm mật về nội điển và ngoại điển, rèn luyện cả trí lực, thể lực và khả năng hùng biện, với sự hướng dẫn tận tình của chư Tôn đức như các Hòa

Thượng giáo thọ sư: Hòa Thượng Thích Minh Đức, Hòa Thượng Thích Trí Hưng, Hòa Thượng Thích Từ Mãn, Hòa Thượng Thích Quang Lý, Hòa Thượng Thích Đức Thiệu, Hòa Thượng Thích Tâm Hướng, Hòa Thượng Thích Hành Trụ v.v. Năm 1973, Như Ninh thọ giới Sa-di tại chùa Pháp Hoa thuộc Tỉnh hội Phật giáo Quảng Đức, và năm 1976 được thọ Cụ túc giới tại Tổ đình Ấn Quang với pháp hiệu Thích Giải Tân. Tuy nhiên, ngay sau đó, biến động xã hội đã khiến vị Tăng trẻ tuổi này bị bắt giam và buộc phải rời xa đời sống xuất gia. Sau nhiều năm thử thách, Cư sĩ trở về đời thường với tư cách một Phật tử tại gia, nhưng tâm nguyện tu học và hộ trì chánh pháp vẫn chưa từng phai nhạt.

Định cư tại Hoa Kỳ theo diện tỵ nạn chính trị, Cư sĩ vừa chuyên cần học tập vừa dấn thân phục vụ cộng đồng. Tốt nghiệp Tiến sĩ Quản trị Kinh doanh (Ph.D. in Business Administration), Cư sĩ từng giảng dạy tại Hayward State University, làm việc trong các công ty điện tử ở Silicon Valley, Giám đốc Trung tâm Giáo Dục

Phù Đổng và tham gia nhiều hoạt động văn hóa Phật giáo tại hải ngoại. Hiện nay, Cư sĩ đảm nhiệm vai trò Hiệu trưởng Trường Cao đẳng Phật giáo Thực dụng (The Practical Buddhism College) tại San Jose, California. Dù trải qua bao thăng trầm, Cư sĩ Như Ninh Nguyễn Hồng Dũng vẫn giữ trọn căn bản nội điển Bắc truyền cùng công phu thiền học được rèn luyện từ thời niên thiếu. Bẩm sinh có tâm hồn thi sĩ, Cư sĩ đã vận dụng thi ca như một phương tiện để chuyển tải giáo pháp. Những tác phẩm như Kinh Thơ Diệu Pháp Liên Hoa (2015), Kinh Thơ Hoa Nghiêm (2017), và nay là Kinh Thơ Viên Giác đã trở thành nhịp cầu đưa chánh pháp đến gần hơn với người học Phật.

Trong từng câu thơ của Cư sĩ, người đọc có thể nhận thấy một sự hòa quyện tinh tế: vừa giữ nguyên tinh thần uyên áo của kinh văn, vừa trong sáng, nhẹ nhàng, dễ đi vào tâm thức như những đóa hoa Bồ-đề nở giữa đời thường. Kinh Thơ Viên Giác chính là kết tinh của một hành trình tu học, phụng hiến và sáng tạo; là tấm lòng tha thiết muốn đưa giáo lý thâm diệu của Đức Phật trở thành nguồn suối mát tưới tẩm đời sống tâm linh của mọi người con Phật.

*Lời thơ như mở lối về,*
*Nghe kinh như thể Bồ đề trổ hoa.*
*Một phen vọng tưởng lặng qua,*
*Giữa đời huyễn mộng, sáng lòa chân tâm.*
[Như Ninh: Kinh Thơ Viên Giác]

II.- KINH VIÊN GIÁC: ÁNH SÁNG CỦA TRÍ TUỆ BẤT ĐỘNG.

Trong kho tàng kinh điển Bắc truyền, mỗi bộ kinh đều là một cánh cửa mở ra cho hành giả con đường tiếp cận chân lý. Nếu Kinh Pháp Hoa được xem như "vua của các kinh", Kinh Hoa Nghiêm như "biển cả của vạn pháp", thì Kinh Viên Giác lại là viên ngọc tịnh sáng, gọn mà sâu, ít chữ mà uyên áo, trực chỉ thẳng vào bản thể thanh tịnh viên mãn nơi mỗi chúng sanh. Ngay từ tên gọi, "Viên Giác" đã hàm chứa ý nghĩa trọn vẹn: "Viên" là đầy đủ, toàn diện, không thiếu sót; "Giác" là giác ngộ, tỉnh thức, sáng tỏ. Viên

Giác chính là cảnh giới giác ngộ viên mãn vốn sẵn nơi mỗi hữu tình, chẳng do tu tập mới có, chẳng vì mê lầm mà mất đi. Điều kỳ diệu là cảnh giới này, vốn siêu việt mọi đối đãi, lại được diễn đạt trong ngôn từ giản dị nhưng thâm sâu, khiến hành giả vừa đọc, vừa cảm như nghe tiếng lòng mình vọng lại.

Kinh được kết cấu bằng hình thức vấn đáp: mười hai vị Đại Bồ-tát, tiêu biểu cho mười hai căn cơ, thưa hỏi đức Phật Thích Ca về phương tiện tu hành đưa đến chỗ rốt ráo giải thoát. Câu trả lời của Như Lai, tuy ứng cơ mà nói, nhưng luôn quy về một mối: không ngoài bản tâm Viên Giác thanh tịnh. Chính nhờ vậy, kinh vừa là tấm gương để người sơ tâm định hướng, vừa là ngọn hải đăng soi đường cho bậc tu chứng đã thâm nhập huyền môn. Điểm nổi bật của Kinh Viên Giác là sự quân bình giữa tri và hành. Đức Phật không chỉ giải thích về bản thể bất sinh bất diệt, mà còn chỉ bày những phương pháp tu tập thích hợp cho từng căn cơ: từ quán sát vọng tưởng, lìa chấp trước, đến an trú nơi tịch tĩnh. Tất cả phương tiện ấy, như ngón tay chỉ mặt trăng, đều nhằm giúp hành giả nhận ra bản tâm vô sanh. Do vậy, đọc Kinh Viên Giác không phải chỉ để hiểu nghĩa, mà là để quán chiếu, thực nghiệm, và sống với ánh sáng giác ngộ ấy trong từng hơi thở, từng khoảnh khắc.

Trong dòng lịch sử Phật giáo Đông Á, Kinh Viên Giác giữ vị trí đặc biệt. Các bậc Tổ sư Thiền tông nhiều đời đều xem kinh này như một bản chỉ nam để hành giả nhận rõ vọng tưởng và trực ngộ tự tánh. Tại Việt Nam, từ hai thời đại Nhà Lý và Nhà Trần, Kinh Viên Giác đã được trân trọng tụng đọc và chú giải. Tư tưởng "tức vọng tức chân", "ly huyễn hiển chân" trong kinh đã trở thành nền tảng cho thiền phái Trúc Lâm, ảnh hưởng sâu rộng đến văn hóa và tâm thức dân tộc. Thật vậy, khi con người đối diện với khổ đau, với phiền não, thì ánh sáng của Viên Giác là lời nhắc nhở dịu dàng nhưng kiên định: bản tánh của ta chưa từng ô nhiễm; mê lầm chỉ như mây nổi, còn bầu trời tự tánh vẫn trong sáng, vô ngại. Nhận ra điều ấy, ta không còn bị cuốn trôi bởi sinh tử, cũng chẳng còn sợ hãi trước vô thường. Trái lại, chính trong vô thường, ta sống trọn vẹn hơn, bao dung hơn, tự do hơn.

Lời giới thiệu tác phẩm thi hóa Kinh Thơ Viên Giác này xin được xem như nén hương lòng dâng lên chư Phật, chư Tổ đã khai thị con đường giác ngộ, và như đôi lời thưa gửi cùng quý Phật tử đồng hương. Kinh Viên Giác không phải là pho triết lý viễn vông, cũng chẳng phải chỉ là văn bản cổ xưa để nghiên cứu, mà là một thông điệp sống động, một tiếng gọi từ chính nội tâm ta: hãy quay về, nhận lại kho báu sẵn có. Nguyện cho mỗi ai hữu duyên cầm thi phẩm Kinh Thơ Viên Giác này trong tay đều thấy mình như soi gương, tự nhận ra dung nhan bản lai diện mục. Nguyện cho ánh sáng Viên Giác chan hòa trong từng tâm niệm, từng nẻo đường, để cuộc đời này, vốn đầy biến động, trở thành mảnh đất tịnh lạc nuôi lớn từ bi và trí tuệ.

***Nguyên Toàn***
***San Jose, ngày 01 tháng 10 năm 2025***

# DUYÊN KHỞI VỀ KINH THƠ VIÊN GIÁC

*Như Ninh Nguyễn Hồng Dũng*

Đệ tử thành tâm đảnh lễ mười phương tam thế chư Phật. Đệ tử thành kính đảnh lễ và niệm ân Giác linh Hòa Thượng Bổn Sư Thích Trí Hưng, chùa Thiền Lâm, Giác linh Hòa Thượng Y Chỉ Sư Thích Minh Đức, chùa Linh Phước và Chư Giác linh Giáo Thọ sư đã đào tạo nhóm Thập Thiện từ năm 1963 đến 1979. Với tâm nguyện mà các ngài di giáo, ngày nay đệ tử tiếp tục phát nguyện hoàn chỉnh bộ Kinh Viên Giác bằng thể thơ lục bát để báo đáp công giáo dưỡng một quãng đời huệ mạng và cúng dường cho chúng sanh viên ngọc quang minh sáng chiếu mà ít ai hay biết, trân quý thực chứng giữa đời.

Trong kho tàng kinh điển Phật giáo Đại thừa, Kinh Viên Giác là một ánh đuốc sáng rực giữa đêm dài vô minh. Kinh này không chỉ là một pháp bảo ít phổ cập trong quần chúng, mà là tiếng chuông tỉnh thức vang lên từ tự tánh mỗi người, nhắc chúng ta rằng: tất cả sinh linh đều có sẵn ánh sáng giác ngộ tròn đầy, chỉ vì mê lầm vọng tưởng mà tạm thời quên mất con đường về chân tâm.

Chữ "Viên" nghĩa là trọn vẹn, viên mãn, đầy đủ không thiếu sót. Chữ "Giác" là ngộ, tỉnh thức, thoát khỏi mê mờ. Kinh Viên Giác chính là con đường đưa người học trở về với sự giác ngộ trọn vẹn, không còn phân biệt, không bị trói buộc bởi ngôn ngữ, khái niệm hay hình tướng. Đó không phải là một trạng thái xa lạ, mà là bản tánh vốn sẵn có trong mỗi con người: Phật tánh viên dung.

Điểm đặc biệt của Kinh Viên Giác là khẳng định rằng tất cả chúng sinh, từ chư thiên cho đến vạn loài chúng sanh, đều mang sẵn tánh giác, nhưng do một niệm mê ban đầu khởi lên, vọng tưởng chấp ngã sinh ra, rồi dần trôi lăn trong vòng luân hồi sinh tử bao nhiêu kiếp. Như mặt trăng vẫn tròn, chỉ vì mây che nên ánh sáng không hiện rõ; một khi vọng niệm lắng yên, trí huệ viên mãn liền tự hiển lộ chứ không do thần linh ban thưởng hay từ bên ngoài mặc khải mà đến.

Kinh dạy rằng mê lầm phát sinh từ chấp trước; chấp vào thân này là ta, chấp pháp là thật, phân biệt yêu ghét, đúng sai. Mỗi một vọng tưởng là một lớp mây phủ lên tánh giác. Người học Phật là người biết quán chiếu, thấy rõ các pháp là duyên sinh, không thật có tự tánh. Nhận ra bản tâm thanh tịnh, lìa mọi chấp trước, chính là bước đầu để trở về Viên Giác.

Phương pháp thực dụng trong kinh không đặt nặng vào hình thức, mà nhấn mạnh vào sự quán chiếu sâu sắc nội tâm. Chúng ta cần thấy rằng, tất cả hiện tượng đều là huyễn hóa, không nên dính mắc vào tâm, vào cảnh, vào lời nói hay danh tướng, đó chính là tinh thần "bất lập văn tự, trực chỉ nhân tâm"; không chạy theo chữ nghĩa, mà nhìn thẳng vào bản tâm để ngộ đạo.

Từng lời kinh đối đáp giữa đấng Thiên Nhơn Sư và chư vị Bồ tát cũng trình bày rõ các cấp bậc thực chứng tu hành của chính chúng ta, từ sơ phát tâm Bồ Tát cho đến bậc giác ngộ rốt ráo, mỗi người có căn cơ khác nhau, nên hành trì cũng khác. Tuy nhiên, cốt lõi của mọi pháp môn vẫn là buông vọng tưởng, sống với tánh giác hiện tiền, đây là con đường phổ biến thông thường mà cũng sâu xa liễu nghĩa, đơn giản nhưng cũng rất mầu nhiệm.

Chúng ta nên xác định chỗ đứng từ nhiều góc nhìn qua lăng kính Đại thừa thì Kinh Viên Giác mang trọn tinh thần các tông phái. Ví như tham khảo Trung Quán tông thì ta thấy đó là tánh không tuyệt đối, vượt ngoài đối đãi nhị nguyên. Còn về mặt Duy Thức học thì tất nhiên ta hiểu Viên Giác là chân như bản tánh, khi A-lại-da thức chuyển hóa thì trí huệ viên mãn tự hiện. Đối với Hoa Nghiêm tông thì hai từ "Viên Giác" bao gồm toàn thể Pháp giới duyên khởi, nơi mọi hiện tượng dung thông, không có gì chướng ngại, ngăn che...., như vậy dù từ tông phái nào thì kết cục mọi dòng sông đều đổ về một biển lớn, đó là kinh Viên Giác, bản đồ chỉ bày sự thật trở về con đường giác ngộ một cách rốt ráo trọn vẹn.

Kinh Viên Giác bản Hán tạng thì khó hiểu, các bản dịch của chư tôn đức quá sức cô đọng khiến chúng ta mới khởi tâm trì tụng thì chữ nghĩa, kệ cú không thuần Việt dễ lầm tưởng là triết lý cao siêu. Tuy nhiên chúng ta kiên trì tụng đọc nhiều năm cộng thêm sự thực hành bằng thiền quán chiếu, lắng tâm, sống trọn trong hiện tại, thì từng câu kinh sẽ là ngọn đèn soi lối, dẫn đường cho ta từ đi, đứng, nằm, ngồi đều là Viên Giác, bởi vì tụng kinh là đọc lại chính thân mình, quán lời kinh là quay về với bản tâm chưa từng sinh diệt.

Phật dạy: "Nếu lìa được vọng tưởng thì trí huệ tự nhiên hiện bày". Lời này như chiếc chìa khóa mở ra cánh cửa giải thoát. Đã là vọng tưởng thì chẳng bao giờ hiện thật, nhưng chúng ta có khuynh hướng mê nó thì khổ đau tất nhiên sinh khởi; do vậy mà lìa vọng tưởng thì Viên Giác không đâu xa, nó đang hiện tiền nơi từng hơi thở, từng sát na tỉnh thức của mỗi chúng sanh bây giờ và ở đây.

Kinh Viên Giác bằng thể thơ lục bát này không bị ràng buộc bởi lời đối thoại nguyên mẫu, dù thật giản dị nhưng không bỏ sót chi tiết quan trọng nào với tâm nguyện cho người hữu duyên có cơ hội tụng đọc kinh thơ đặng dễ dàng thấu hiểu lời Phật, ý Tổ mà thực hành trong cuộc sống hàng ngày hầu thể nhập nghĩa lý sâu xa, cảm thọ an lạc trọn vẹn với Viên Giác tánh trong từng khoảnh khắc của đời người. Hãy thấu rõ rằng hít thở giữa đời huyễn hóa, nếu tâm không động, thì ngay đây chính là Niết Bàn.

Ngưỡng mong chư thiện tri thức cùng đáo bỉ ngạn.

Nam Mô Viên Giác Diệu Trí Như Lai Ứng Cúng Chánh Đẳng Chánh Giác Bồ Tát Ma Ha Tát

*Như Ninh Nguyễn Hồng Dũng*
*Phật Đản 2569*

## Tựa Kinh Thơ Viên Giác

Từ vô thỉ, mộng trùng khơi,
Chúng sinh quên mất tánh trời[1] sẵn mang.
Trôi theo ảo ảnh mơ màng,
Xa rời Giác tánh huy hoàng xưa nay.
Kinh thơ Viên Giác chỉ bày,
Con đường diệu trí thiệt hay khó lầm.
Chẳng từ nơi cõi xa xăm,
Mà ngay chốn động, lặng tầm Chân như[2].
"Viên" là trọn vẹn không dư,
"Giác" là tỉnh thức, huệ, từ, hỉ, buông.
Kinh này khơi lại suối nguồn.
Kết tinh thành hạt mưa tuông đâm chồi .
Chỉ vì vọng tưởng nổi trôi,
Chấp thân, chấp cảnh, cuốn lôi luân hồi.
Một phen chiếu sáng, chao ôi!
Thấy ra muôn pháp núi đồi như không.

Cảnh duyên huyễn hóa bềnh bồng,
Gương tâm thanh tịnh hòa đồng chẳng hai.
Tu không vọng chấp hình hài,
Chỉ cần soi lại Như Lai hiện tiền.
Tầng tầng cảnh giới nhân thiên,
Bồ Tát, Phật quả định thiền phát ra.
Hành sâu quán chiếu thật thà,
Chẳng cần cầu kiếm, ấy là về quê.
Chân tâm xưa vốn bộn bề,
Lặng như trăng sáng không hề miên man.
Kinh này chẳng cốt luận bàn,
Chỉ mong tụng đọc sớm tan não nề.
Lời thơ như mở lối về,
Nghe kinh, như thể Bồ đề(3) trổ hoa.
Một phen vọng tưởng lặng qua,
Giữa đời huyễn mộng, sáng lòa chân tâm.

**Chú Thích:**

-1/ ***Tánh trời***(1 : *"Tánh trời" ở đây được hiểu là bản tánh tự nhiên, bẩm sinh, hay "trời sinh ra đã vậy".*

-2/ **Chân như**[2]*: Chân Như là thực tánh bất sinh bất diệt của tất cả pháp. Đó là Phật tánh, là bản thể thanh tịnh, tròn đầy nơi mọi chúng sinh, không thêm không bớt, không đến không đi. Người tu hành, khi buông vọng tưởng, sống tỉnh giác, thì Chân Như tự hiển lộ, không cần tìm đâu xa.*

-3/ **Bồ đề**[3]*:là giác ngộ, tỉnh thức. Đây là trạng thái giác ngộ tối thượng, khi người tu chứng ngộ được chân lý của vạn pháp, thoát khỏi mọi vô minh, vọng tưởng, luân hồi sanh tử.*

# PHẦN THƠ GIỚI THIỆU KINH THƠ VIÊN GIÁC

Quang minh trí Phật sáng ngời,
Như Ninh con nguyện cả đời chánh tin,
Nương theo giáo pháp giữ gìn,
Lời Phật ý Tổ như in bóng hình
Xin ban trí tuệ quang minh,
Cho con diễn nghĩa lời kinh chẳng lầm.
Từng câu thơ vững đạo tâm,
Truyền trao chánh pháp gieo mầm bảo châu(1)
Viên Giác: cội gốc nhiệm mầu,
Tánh tâm tròn sáng, đạo sâu vô cùng.
Không gian chẳng định thỉ chung(2),
Vượt ngoài tướng cảnh, thoát vùng chấp sai.
Phá mê mới thấy liên đài,
Chư Phật từ đó mở khai lối về.

Không riêng nghĩa lý cao ghê,
Mà soi tận gốc vọng mê trong lòng.
Diệu kỳ giữa chốn mảnh mong,
Chính do phân biệt vượt vòng khổ đau.
Không còn chấp ngã trước sau
Xoay về tự tánh, đạo màu khởi sinh.
Nghĩ rằng vọng tưởng là mình,
Quay về tỉnh giác, tánh linh hiện bày.
Dụng tâm phá chấp mê say,
Dùng ngã hóa ngã, về ngay nguồn thiền.
Như băng chảy giữa lửa thiêng,
Tan dần từng khối hiện liền tánh chân.
Không còn đá tảng phân thân,
Chỉ là nước thể, tịnh phần tâm sơ.
Biết sai, biết chính, biết mờ,
Ngay khi biết đó, chuyển cơ ngộ liền.
Tu trong giữa chốn đảo điên,
Không cầu viễn mộng, thánh hiền phát ra.
Thiền quán ở cõi Ta bà(3),
Thân không cố định, chẳng xa trần đời.
Tịch tâm giữa chốn thảnh thơi,
Có khi cảnh động mà khơi đạo mầu.

Phát tâm đại nguyện rộng sâu,
Động mà chẳng loạn, ngọc châu sáng ngời.
Như sông đổ nước về khơi,
Tuy sóng chuyển động, vẫn thời chân tâm.
Khai thông Bồ tát Biện Âm[4],
Tịnh, động không khác, tòng lâm[5] nhiệm mầu.
Dù đi, đứng, nói, ngồi lâu,
Đều là pháp giới nhiệm sâu tròn đầy.
Chẳng phân biệt, chẳng đó đây,
Mỗi niệm, mỗi bước sớm chầy đạo sinh.
Tụng chú, lễ Phật, cầu kinh,
Cũng là thiền định tánh linh khởi nguồn.
Chân thành sám hối tâm buông,
Là then mở khóa cội nguồn thâm sâu.
Không cần núi thẳm biển dâu,
Thiền ngay hiện tại đạo mầu hiện ra.
Viên Giác chẳng khiến chia xa,
Không ai bị bỏ, chẳng là riêng ai.
Tánh giác sẵn có lâu dài,
Ngay trong mê vọng cũng khai lối về.
Bát phong[6] nào chấp khen chê,
Chính nơi sinh diệt mà về chân như.

Niệm khởi chẳng phải lầm hư,
Biết mà soi tỏ, chính như hiển bày.
Không cao ngạo, chẳng đứng ngoài,
Tịch chiếu(7) trần thế giữa loài chúng sinh.
Pháp này chẳng để riêng mình,
Mà là đạo lý hữu tình mọi căn.
Không hề chọn lọc phàm, tăng,
Người tu chân thật thường hằng chân tâm.
Không cần chứng đắc cao thâm,
Mỗi ngày tỉnh thức, gieo mầm đạo thiêng.
Từ trong vọng niệm đảo điên,
Hiển bày Viên Giác: Thánh, Tiên, Công, Hầu.
Tâm chân vốn đã nhiệm mầu,
Không thêm, không bớt, chẳng cầu cũng duyên.
Tu hành không phải Mật, Thiền(8),
Mà là tỉnh thức trong miền trần gian.
Không mưu cầu cõi Niết Bàn,
Ngay nơi khổ lụy, đạo vàng vẫn sinh.
Mỗi khi vọng tưởng hiện hình,
Biết là hư ảo, tâm mình quán sâu.

Không theo, không chối, không cầu,
Nhận ra tánh giác nhiệm mầu sẵn nơi.
Viên Giác, bản tánh sáng ngời,
Chẳng sinh, chẳng diệt, chẳng rời chân tâm.
Không vào, chẳng phải ra tầm,
Không trong, ngoài, giữa, không lầm vọng duyên.
Bồ Tát khởi nguyện đầu tiên,
Tu từ căn bản, tâm hiền buông mê.
Không vì chứng đắc đi về,
Không vì danh vọng, không hề tướng riêng.
Mà vì muốn cứu đời phiền,
Nên tu giữa chốn đảo điên nhiễu trần.
Gieo tâm bình đẳng ân cần,
Không phân người xấu hay phần thiện nhân
Thấy người mê chấp muôn phần,
Khởi tâm thương xót cận thân Bồ Đề
Không cần vào chốn sơn khê(9),
Ngay nơi phiền não mà về Chân Như(10).
Vì trong mộng tưởng vô dư,
Mà tánh chưa giác kiếp người chẳng an.

Nếu ta biết hướng quay tròn,
Chính nơi nhiễm đó lại lan đạo mầu.
Như sen mọc giữa bể dâu
Không hôi bùn đất, ngẫn đầu tỏa hương.
Tu theo Viên Giác chủ trương,
Không lìa cuộc sống tìm đường riêng tư.
Mở tâm không chấp thường, hư,
Cũng không dính mắc chữ từ, chữ bi[11].
Bi mà chẳng lệ ướt mi,
Từ mà sáng suốt tức thì độ sinh.
Văn Thù[12] khởi hỏi tâm linh,
Phật liền chỉ rõ đạo tình viên thông.
Tu là trở lại tánh không,
Chẳng do tích tụ, đừng trông tạo thành.
Tánh giác vốn đã đủ lành,
Chỉ vì vọng tưởng mà đành quên đi.
Tỉnh ra, một niệm tức thì,
Vô minh đoạn tận, tức thì ngộ tâm.
Pháp môn Viên Giác âm thầm,
Không phô, không gắng, không cần sắc danh.
Chân tâm vốn chẳng phân tranh,
Mỗi niệm sáng tỏ sẽ thành đạo cao.

Ai cầu chứng đắc công lao,
Là còn vọng tưởng dẫn vào trầm mê.
Thật tu không có tìm về,
Mà là rời bỏ đường mê tức thì.
Ngay trong một niệm khởi nghi,
Chiếu soi tánh thật, ấy thì Tỳ Lô(13).
Dẫu cho căn trí còn thô,
Nếu tâm thành thật cũng vô ngại nào.
Từ bi chẳng phải lời cao,
Mà là ứng hiện qua bao việc thường.
Đỡ người vấp ngã bên đường,
Cũng là Bồ Tát tỏ tường minh tâm.
Viên Giác chẳng phải xa xăm,
Ngay trong mỗi niệm biết thầm mà thôi.
Không còn thấy "bạn" với "tôi",
Không còn đối đãi, tức thời hiện chân.
Tâm như nhật nguyệt sáng ngần,
Chiếu soi vạn pháp, chẳng phân thân mình.
Biết vọng là huyễn giả hình,
Không trừ, không giữ, liền sinh đạo mầu.
Kinh này Phật dạy nhiệm sâu,
Bồ Tát thưa hỏi, pháp mầu hiện ra.

Văn Thù dẫn khởi lời qua,
Rồi từng vị khác lần hòa gieo duyên.
Mỗi câu đối đáp tự nhiên,
Mở ra trí tuệ, tánh liền hiển chân.
Người đọc Viên Giác chuyên cần,
Si mê chuyển hóa dần dần trong tâm.
Kinh không bàn luận xa xăm,
Mà như gương chiếu, mưa dầm thấm y.
Hỡi ai thiền định thần kỳ,
Cũng nên đọc tụng hồi quy(14) tánh lành.
Bởi kinh chẳng chấp tướng danh,
Nên không giới hạn kẻ thành, người chưa.
Dù ai giữa chốn bão mưa,
Nếu tâm tỉnh thức, Phật thừa(15) hiện chân.

**Chú Thích:**

-1/ ***Mầm bảo châu***(1): *Mầm là sự khởi sinh, bảo châu là ngọc quý, tượng trưng cho Phật tánh, trí tuệ, sự sáng suốt, vô giá. Tiềm năng giác ngộ quý báu như ngọc trong mỗi người chính là Phật tánh. Mỗi chúng sanh đều* *mang trong mình một viên ngọc quý, tuy bị bụi đời che lấp, nhưng bản chất vẫn là Phật.*

-2/ ***Thỉ chung***(2)*: nghĩa là từ đầu đến cuối, hay trọn vẹn một quá trình, không gián đoạn*

-3/ ***Ta bà***(3)*: Là cõi người, cõi luân hồi đầy khổ đau, Tuy nhiên dù khổ thì cõi Ta Bà là nơi gieo nhân tu hành, có thể thành Phật nếu tỉnh thức.*

-4/ ***Bồ tát Biện Âm***(4)*: Biện Âm Bồ Tát là bậc đại sĩ có trí tuệ, biện tài, thương xót chúng sanh căn cơ thấp, hỏi Phật cách tu cho họ. Ngài đại diện cho lòng từ bi, phương tiện khéo, giúp người mê được nhập vào Viên Giác Phật tánh.*

5/ ***Tòng lâm***(5)*: chỉ các thiền viện lớn hoặc tổ đình, nơi tăng chúng tu học theo quy củ, có nội quy nghiêm ngặt gọi là Thanh quy Tòng Lâm. Tòng Lâm là nền nếp của Thiền tông, đào tạo tăng tài, giữ đạo hạnh.*

-6/ ***Bát phong***(6)*: là tám ngọn gió đời dễ làm tâm người dao động, đó là Lợi (được lợi), Suy (mất mát), Hủy (bị chê), Dự (được khen), Khổ (đau khổ), Lạc (vui sướng), Xưng (được* *tiếng tốt), Cơ (bị chê trách, tiếng xấu). Do đó người tu phải giữ tâm bất động trước Bát Phong, không vui buồn theo khen chê, được mất.*

-7/ ***Tịch chiếu***(7)*: Tịch là yên lặng, thanh tịnh. Chiếu là chiếu soi, sáng suốt. Tịch Chiếu là trạng thái tâm yên lặng nhưng vẫn sáng biết, không mê mờ, không động loạn.*

-8/ ***Mật, Thiền***(8)*: Mật tông và Thiền tông cùng chung mục đích, chỉ khác phương tiện. Dùng Mật chú để nhiếp tâm rồi vào Thiền định để ngộ tánh hợp nhất gọi là Thiền Mật nhất như.*

-9/ ***Chốn sơn khê***(9)*: nghĩa là nơi núi non, suối khe yên tĩnh, thường dùng chỉ nơi hoang vắng, thanh tịnh, thích hợp cho người ẩn cư, tu hành, xa lánh thế tục.*

-10/ ***Chân Như***(10)*: là bản thể chân thật của vạn pháp, là Phật tánh thanh tịnh, không sinh không diệt, không thay đổi. Là cái "thật như nó là", vượt ngoài vọng tưởng, phân biệt.*

-11/ ***Chữ từ, chữ bi***(11) *a) Từ là lòng yêu thương, ban niềm vui cho chúng sanh. Người có*

*"Từ" luôn hiền hòa, tha thứ, đem an vui, không sân hận. b) Bi là lòng thương xót, muốn giúp chúng sanh thoát khổ. "Bi" sinh ra từ thấy khổ, cảm khổ, rồi hành động cứu khổ. Từ bi là cội gốc đạo hạnh của Bồ Tát, vừa ban vui vừa cứu khổ.*

-12/ ***Văn Thù***(12)*: Là Văn Thù Sư Lợi Bồ Tát có biểu tượng của trí tuệ bậc nhất trong hàng Bồ Tát. Ngài thường cầm kiếm trí tuệ, chặt đứt vô minh, cưỡi sư tử, tượng trưng sức mạnh trí tuệ phá mê khai ngộ. Trong Kinh Viên Giác, Ngài là vị đầu tiên thưa hỏi Phật, đại diện cho bậc thượng căn tu trí huệ.*

-13/ ***Tỳ Lô***(13)*: tức là Tỳ Lô Giá Na Phật, là Pháp thân Phật, tượng trưng cho trí tuệ rộng lớn, ánh sáng vô biên, khắp mười phương. Ngài là bản thể của chư Phật, không sinh không diệt, hiện thân của Chân Như, Pháp giới. Trong Mật tông, Ngài là chủ tôn trung tâm Mandala, biểu thị Phật tánh vốn đầy đủ nơi mỗi người.*

-14/ ***Hồi quy***(14)*: Hồi quy là quay về, trở lại nguồn gốc. Trong Phật pháp, "hồi quy tự* *tánh" nghĩa là trở về Phật tánh sẵn có, lìa vọng niệm, sống với bản lai diện mục.*

-15/ ***Phật thừa***[(15)]: *Phật thừa là con đường đưa đến quả vị Phật, cao nhất trong các thừa (xe) tu hành. Có ba thừa: Thanh Văn thừa là tu để giải thoát cá nhân; Duyên Giác thừa là tu quán nhân duyên và Phật thừa là tu Bồ Tát đạo, giác ngộ viên mãn, thành Phật, độ tất cả chúng sanh.*

## Phẩm Kinh Thơ Viên Giác Số 1
## Chương Văn Thù

Tôi nghe một thuở xa xưa,
Phật vào chánh định, không thừa vọng tâm.
Hào quang chiếu rạng khuất tầm,
Bao trùm vũ trụ, diệu âm nhiệm mầu.
Thân tâm vắng lặng ngũ châu,
Từ bi lan tỏa, đạo mầu hiện ra.
Trong cõi thanh tịnh bao la,
Mười phương Bồ Tát[1] cùng hòa pháp âm.
Văn Thù[2] đứng dậy cung tâm,
Từ bên hữu tướng, nhẹ thầm bước đi.
Ba vòng nhiễu Phật rồi quỳ,
Chắp tay đảnh lễ, thưa vì chúng sinh:
-Bạch Thế Tôn, đấng quang minh,
Xin Ngài chỉ dạy đạo tình ban sơ.

Lúc chưa phân biệt bến bờ,
Khởi tâm Bồ Tát từ giờ phút nao?
Làm sao phát nguyện thanh cao,
Không rơi tà kiến, không lao sai lầm?
Cuối thời mạt pháp phát tâm,
Ai cầu đại đạo, gieo mầm tinh anh?
Ba lần lễ bái chí thành,
Thỉnh cầu đức Phật thực hành pháp tu.
Phật rằng: Đại trí Văn Thù,
Vì người đời cuối muốn tu căn lành.
Nghe đây tất cả chúng sanh,
Đạo mầu chư Phật vận hành nơi tâm.
Tự tánh Viên Giác thanh trầm,
Khởi đầu tu pháp, vượt tầm khen chê.
Viên Giác là tánh chẳng hề,
Dính vào vọng tưởng, đắm mê sắc trần.
Bồ Đề gốc cội sanh thân,
Là tâm thanh tịnh, chẳng phần dính nhơ.
Tuệ giác rạng tỏa vô bờ,
U minh đoạn diệt, không chờ tái sinh.
Si mê do tưởng thân mình,
Nghĩ tâm này thật, khởi sinh não phiền.

Ví người thấy đốm hoa xuyên,
Mắt mờ sinh ảo giữa miền hư không.
Trăng kia vốn tỏa sáng đồng,
Sao thành hai bóng đỏ, hồng mộng mê?
Không gian vốn chẳng đốm huê,
Vì tâm lầm lạc mà mê nhiễm trần.
Nhị nguyên(3) luân chuyển xa gần,
Tạo ra sinh tử, muôn phần khổ âu.
Phật ngôn giải thích nhiệm mầu,
Như hoa trong mộng, tỉnh đâu thấy gì.
Biết là giả, chẳng còn nghi,
Tìm phương diệt bỏ vướng chi trong lòng?
Tự tánh vốn chẳng hề mong,
Không: là thực tướng thong dong muôn đời.
Cái "biết" nếu nói ra lời
Cũng là giả tướng, chẳng nơi thật hành.
Phật rằng "biết" cũng mong manh,
Chẳng nên giữ chấp cái danh tạm thời.
Thả luôn cái "biết" buông rơi,
Sắc danh "Không, Có", sáng ngời diệu chân.
Tuệ minh vũ trụ vô ngần,
Tánh Như Lai Tạng(4) chẳng phần khởi sanh.

Bản thể tuyệt đối chân thành,
Không phân sinh diệt, chẳng dành tướng riêng.
Đó là bước khởi đầu tiên,
Chư Phật ngộ đạo, vượt miền vô minh.
Bồ Tát lập nguyện tánh linh,
Theo đây tu tập, sạch hình bóng mê.
Ai tu đời cuối não nề,
Y nơi Viên Giác mà về chân tâm.
Phật thương giảng dạy thậm thâm,
Kết thành kệ tụng, pháp âm rõ ràng:
Văn Thù ghi tạc nghiêm trang,
Như Lai(5) tu hướng đạo vàng chân như.
Quán vô minh chốn hữu dư(6),
Như hoa đốm hiện giữa hư không trời.
Biết là mộng ảnh ai ơi!,
Tỉnh ra thì thấy sáng ngời lặng yên.
Cái biết mầu nhiệm vô biên,
Không sinh, chẳng diệt, không triền(7) tham sân.
Như như chẳng động chẳng phân,
Tâm chân trải khắp cõi trần mười phương.

Ai theo pháp ấy xiển dương
Phát tâm Bồ Tát, dứt đường kiến mê.
Người sau muốn khỏi não nề,
Cứ theo đây bước, chẳng hề lạc chân.
Không cần tìm kiếm xa gần,
Ngay nơi vọng tưởng, ngộ chân tâm liền.
Chẳng lìa trần thế đảo điên,
Mà ngay sinh diệt, đạo hiền tái lai.
Tánh giác chẳng đợi ngày mai,
Không do giả cầu, nào sai tâm từ.
Một niệm dứt sạch nghiệp hư,
Là chân hiện khởi, tà tư đoạn rời.
Viên Giác không tiếng, không lời,
Chỉ là lặng lẽ giữa đời mà thôi.
Ai người hiểu tánh nguyên khôi,
Thì trong vạn pháp, núi đồi sắc không.
Tâm kia vốn chẳng tỏ đồng,
Bởi do vọng tưởng bền bồng khổ đau.
Dứt mê, giác tánh liền nhau.
Như trăng rọi nước, không màu mà hay.
Học kinh Viên Giác hôm nay,
Là soi gương sáng, rửa tay bụi trần.

Quay lại ánh sáng châu thân,
Tự tâm thanh tịnh, muôn phần thảnh thơi.
Dạ quang chiếu sáng không rời,
Chẳng cần mặc khải(8), tỏ lời cùng ai.

Nam Mô Viên Giác Diệu Trí Như Lai Ứng Cúng Chánh Đẳng Chánh Giác Bồ Tát Ma Ha Tát

**Chú Thích:**

*-1/**Bồ Tát**(1): Bồ là Bồ đề, nghĩa là giác ngộ. Tát là Tát đỏa nghĩa là "hữu tình", Bồ Tát là người giác ngộ hay chúng sinh đang trên con đường giác ngộ luôn phát tâm cầu đạo không phải chỉ cho riêng mình, mà nguyện độ tất cả chúng sinh trước khi thành Phật, người sống với tâm từ bi, trí tuệ, hành trì lục độ (bố thí, trì giới, nhẫn nhục, tinh tấn, thiền định, trí tuệ) và không chấp ngã, không chấp pháp, sẵn sàng hy sinh lợi ích riêng để cứu khổ ban vui cho muôn loài.*

*-2/ **Văn Thù**(2): Văn Thù Bồ Tát là trí tuệ đệ nhất trong các vị Bồ Tát Đại thừa.*

*-3/ **Nhị nguyên**(3): Không phủ nhận các cặp đối đãi như vui buồn, thiện ác v.v... nhưng thấy chúng không có thật tính cố định, đều do tâm phân biệt mà sinh. Mục đích tu hành là vượt thoát nhị nguyên, đạt đến nhất như (không hai).*

*-4/ **Tánh Như Lai Tạng**(4): là một khái niệm sâu xa và cốt lõi trong triết lý Phật giáo Đại thừa, liên quan trực tiếp đến bản thể giác ngộ sẵn có nơi tất cả chúng sinh.*

*-5/ **Như Lai**(5): là danh hiệu của chư Phật, nghĩa là "người từ chân như đến, đi vào chân như".*

*-6/ **Hữu dư**(6): Hữu Dư Niết Bàn là trạng thái Niết Bàn khi vị A-la-hán đã đoạn hết phiền não, chứng quả, nhưng thân xác vật lý vẫn còn tồn tại, tức là còn ngũ uẩn (sắc, thọ, tưởng, hành, thức), chỉ có phiền não là đã dứt.*

*-7/ **Triền**(7): là những sợi dây vô hình trói buộc chúng sinh vào trong vòng luân hồi sinh tử, khiến không thể giác ngộ.*

*-8/ **Mặc khải**(8): là sự tỏ bày của Thượng Đế về bản thân Ngài và chương trình cứu độ của*

*Ngài cho con người biết, thông qua ngôn sứ,*
*Thánh kinh hay sự kiện lịch sử.*

## Phẩm Kinh Thơ Viên Giác Số 2
## Chương Phổ Hiền

Đạo tràng kính tín Như lai,
Trăm ngàn Bồ tát miệt mài lắng nghe,
Giảng kinh dưới bóng trưa hè,
Phật ngôn vang vọng rừng tre(*) diệu kỳ.
Phổ Hiền(1) khởi niệm từ bi,
Ở trong đại chúng bước đi nhẹ nhàng.
Quỳ bên tòa pháp đoan trang,
Ba lần lễ Phật, lòng con thỉnh cầu.
Ngài thưa: -Đức Phật nhiệm mầu,
Xin vì đại chúng giảng sâu pháp thiền.
Cũng vì hậu học hữu duyên,
Giúp con hiểu rõ đạo truyền giác chân.
Nghe rằng Viên Giác vô ngần,
Sáng trong, vô nhiễm, chẳng phần bụi nhơ.

Thân tâm tựa bóng như mơ,
Sao đem cái ảo để nhờ phép tu?
Nếu mà huyễn ảo phù du
Thì ai là kẻ thực tu vẹn toàn?
Nếu không người học, chẳng còn,
Người nào sanh tử đeo mang luân hồi?
Biết rằng thế giới đổi ngôi,
Huyễn hư như mộng, ai ngồi độ sinh?
Cúi mong Đức Phật quang minh,
Chỉ bày phương tiện định hình chung quy.
"Như huyễn tam muội"(2) là gì?
Con mong được rõ, chẳng nghi đạo này.
Phải tu theo cách nào đây?
Thứ lớp sau, trước, sớm, chầy cho hay?
Cúi xin Đức Phật thuyết bày,
Độ người mạt pháp khỏi ngay mê lầm.
Phổ hiền đảnh lễ chí tâm,
Năm phần thân thể hướng tầm chúng sanh.
Vì đời, tha thiết kiền thành,
Ba lần lễ Phật, kinh hành thiết tha.
Phật rằng: -Thiện Tử(3) hiền hòa,
Vì người đời cuối, nay ta mở lời.

Con nên tĩnh lặng sáng ngời,
Như Lai sẽ giảng đạo nơi nhiệm mầu.
Mọi điều huyễn khởi từ lâu,
Đều do Viên Giác ban đầu phát sanh.
Như hoa đốm giữa trời xanh,
Không gian chẳng đổi, chẳng tranh, chẳng dời.
Hoa kia tan biến tức thời,
Nhưng không gian vẫn sáng ngời thanh lương.
Viên giác: nếu nói có phương,
Cũng là giả tướng, chẳng thường có đâu.
Nói rằng giác tánh nhiệm mầu
Cũng là ảo mộng dẫn đầu mê si.
Khi nào vọng tưởng hết đi,
Không sinh, không diệt, diệu kỳ chân như.
Cho nên Bồ Tát là người,
Chặt đứt huyễn tưởng dứt trừ vọng suy,
Cố buông nhưng vẫn tư nghì,
Thì tâm muốn bỏ cũng tùy huyễn thôi.
Rồi tâm diệt cái vừa rồi,
Cũng là vọng chấp, lạc ngôi đạo hành.
Cần buông cả cái sắc danh,
Buông luôn cái biết buông mành ý thân.

Buông cho đến chẳng tiếc cần,
Không còn gì để xa gần bám đeo.
Khi ấy huyễn mộng tan theo,
Tựa tro rụi cháy bọt bèo còn chi.
Như hai cây cọ tư nghì,
Lửa lên rồi tắt, khói thì cũng tan.
Tro bay, lửa hết nhẹ nhàng,
Không gian lặng lẽ, vô vàn tịnh không.
Dùng huyễn để diệt huyễn thông,
Chẳng sa tà kiến, không đồng trước sau.
Phật dạy bất luận nghèo, giàu,
Phương tiện hạnh phúc, khổ đau bất đồng.
Biết rằng huyễn ảo là không,
Tâm khai liền ngộ, chẳng trông thứ gì.
Không cần theo lớp thứ chi,
Ngay trong hiện tại bước đi đạo mầu.
Người tu chẳng đợi thâm sâu,
Ngay nơi huyễn mộng mà cầu đạo chân.
Như thế thoát cõi khổ bần,
Vượt qua tất cả tiên nhân trên đời.
Phật dạy kết tụng thảnh thơi,
Phổ Hiền nên nhớ từng lời chân tâm.

Huyễn do bất muội khởi tầm
Viên minh chiếu rạng thậm thâm biến hành.
Như hoa đốm giữa trời xanh,
Hoa tan, không biến, trong thanh miên trường.
Tuy là huyễn hiện sắc hương,
Tan rồi, viên giác vẫn thường yên vui.
Tánh khiết chẳng vị ngọt bùi,
Huyễn tan, chân tánh tới lui an hòa.
Người tu khắp chốn gần xa,
Phải trừ vọng tưởng, mới ra chân thành.
Tâm mê, huyễn mộng tan nhanh,
Như người lấy lửa bằng nhành cây khô.
Lửa bùng, cây cháy hư vô,
Tro bay, lửa tắt, cơ đồ sạch trong.
Viên giác chẳng chốn mà mong,
Không theo thứ lớp, chẳng tròng phép nao.
Tu hành ý rộng chí cao ,
Thấy tâm huyễn mộng thì vào định chơn.
Không cầu cảnh giới cao hơn,
Mà ngay vọng động, tâm chơn hiển bày.
Không rơi vào chấp chua cay,
Cũng không vướng mắc cõi này hư vô.

Viên giác chẳng có bản đồ,
Không hình, không tướng, không tô phước điền.
Tu mà chẳng thấy "ta hiền",
Không còn "người chứng", chẳng phiền "người mê".
Chẳng mong tìm kiếm lối về,
Chỉ là tỉnh thức chẳng hề phân ly.
Một niệm vọng khởi tức thì,
Biết ngay là mộng, hồi quy trong lòng.
Không cần đè nén hay mong,
Không theo, không dứt, thong dong giữa đời.
Người tu sống giữa đất trời,
Thấy ra vạn pháp , một lời chân tâm.
Không vì đạo lý cao thâm,
Mà rơi vọng tưởng sai lầm đường tu.
Ngay nơi động niệm mịt mù,
Biết là vọng tưởng, công phu phút này.
Viên giác chẳng có nơi đây,
Cũng không đâu khác mà đầy đạo sinh.
Tâm mê thì pháp hiện hình,
Tâm ngộ thì pháp lập trình vô sanh.

Thế nên chư Phật tu hành,
Đều từ Viên Giác phát sinh đại thừa(4).
Bồ Tát nếu muốn tham, ưa
Phải soi vọng tưởng, phải chừa mê tâm.
Không lìa thế giới thăng trầm ,
Mà ngay trong đó sinh tâm độ đời.
Người tu biết rõ giả nơi,
Nhưng không ruồng bỏ, đó thời đại bi.
Phổ Hiền năm vóc lạy quỳ,
Lắng nghe Phật dạy, khắc ghi vào lòng.
Pháp này chẳng phải bát phong(5),
Mà là nguồn tánh thong dong nhiệm mầu.
Tâm ai vọng tưởng lo âu
Nếu quay chiếu sáng, đạo sâu hiện liền.
Không theo phân biệt hậu, tiên(6),
Thì tâm viên giác lặng yên chói lòa.
Tu không lìa bỏ Ta bà(7),
Không cầu thiên cảnh, chẳng xa người thường.
Tự tâm thanh tịnh mười phương,
Pháp thân Phật hiện, đoạn trường liền tan.
Chúng sinh mê bởi đa đoan,
Cho rằng có ngã, xóm làng ghét ưa.

Vì mê mới tạo nghiệp xưa,
Vô minh mới thấy thiếu, thừa, hận sâu.
Nếu hay tỉnh ngộ từ đầu,
Khổ đau bi não còn đâu ngút ngàn!
Tâm là gốc của đạo vàng,
Tâm mê thì khổ, tâm quang đạo về.
Viên giác chính thị hương quê,
Ngay trong phút tỉnh, cận kề hiện ra.
Phật dạy chẳng phải lìa xa,
Mà là chỉ rõ tâm ta nhiệm mầu.
Pháp không cứng nhắc khó thâu,
Mà tùy căn tánh mở đầu thiện duyên.
Người nay nếu muốn tu hiền,
Hãy y chánh pháp, lời nguyền chánh tâm.
Đọc kinh Viên Giác âm thầm,
Lòng khai trí sáng, vượt tầm si mê.
Mỗi lời Phật dạy đề huề,
Là đèn soi sáng đường về chân nguyên(8).

Nam Mô Viên Giác Diệu Trí Như Lai Ứng Cúng Chánh Đẳng Chánh Giác Bồ Tát Ma Ha Tát.

**Chú Thích:**

*-a/ **Rừng tre**(*): Tịnh xá Trúc Lâm*

*-1/ **Phổ Hiền**(1): là vị đại Bồ Tát quan trọng trong Phật giáo Đại thừa, đặc biệt trong kinh điển như Kinh Hoa Nghiêm, Kinh Pháp Hoa, và các kinh Mật tông. Ngài được tôn vinh là biểu tượng của Đại Hạnh, tức là thực hành hạnh nguyện rộng lớn của chư Phật và Bồ Tát. Nếu như Bồ Tát Văn Thù biểu trưng cho Trí tuệ, thì Bồ Tát Phổ Hiền đại diện cho Hạnh nguyện, tức hành động và nguyện lực đưa đến giác ngộ.*

*-2/ **Như huyễn tam muội**(2): huyễn là ảo hóa vì tất cả các hiện tượng [pháp] trong thế gian này đều giống như ảo ảnh, như giấc mộng, không có tự tánh cố định. Dĩ nhiên không phải phủ nhận sự hiện hữu, mà là thấy rõ bản chất vô thường, duyên sinh, không thật ngã của vạn pháp. Tam muội là trạng thái chánh định, một loại định lực cao trong thiền định, giúp ta an trụ trong sự quán chiếu sâu sắc về chân tướng của các pháp. Do vậy khi đạt Như Huyễn Tam Muội*

*thì ta không còn chấp trước vào thực thể của thế gian, cũng không rơi vào đoạn diệt.*

*-3/ **Thiện Tử**[3]: Phật gọi Bồ tát Phổ Hiền*

*-4/ **Đại thừa**[4]: tinh thần bao dung, từ bi, độ tha, và lý tưởng Bồ Tát đạo, tức là tu hành không phải chỉ để tự giải thoát, mà để cứu độ vô lượng chúng sinh cùng thành Phật.*

*-5/ **Bát phong**[5]: tám ngọn "gió đời" luôn thổi đến làm dao động lòng người, khiến tâm không an, trí không định, nếu không tu tập vững vàng thì dễ bị cuốn trôi giữa cuộc đời đầy biến động. Nó là tám điều thường xuyên ảnh hưởng đến tâm người như được, mất, khen, chê, tán dương, trách móc, vui, buồn.*

*-6/ **Hậu, tiên**[6]: là sau, trước*

*-7/ **Ta bà**[7]: là tên gọi của thế giới mà chúng ta đang sống, trong kinh gọi là Ta Bà thế giới tức "cõi chịu đựng".*

*-8/ **Chân nguyên**[8]: Tự tánh thanh tịnh, là bản tâm chân thật của mỗi người, vốn không nhiễm ô, không sinh diệt, không dao động còn*

*gọi là Phật tánh, là Viên giác tánh, vốn có sẵn nơi tất cả chúng sinh.*

## Phẩm Kinh Thơ Viên Giác Số 3
## Chương Phổ Nhãn

Phổ Nhãn[1] đứng giữa đại thiên,
Quỳ bên chân Phật, tâm hiền kính dâng.
Ba vòng đảnh lễ tạ ân,
Chắp tay vấn hỏi thượng tầng vô ưu:
"Bạch Thế Tôn, đấng bộc lưu[2],
Làm sao buông bỏ oán cừu về sau.
Kẻ sơ học, người khổ đau,
Phương tiện nào giúp thông làu đúng, sai?
Phải tư duy thất thánh tài[3]?
Trú tu tụng niệm hôm mai thế nào?
Truyền trao chính pháp làm sao?
Để người chưa hiểu bước vào đường chân?
Nếu không mở trí hiền nhân,
Thì nghe Chánh Định[4] hóa dần mê si.

Viên Giác vốn thật cao kỳ,
Nhưng không phương tiện làm gì an cư.
Xin Ngài chỉ dạy từ từ,
Cho con và cả muôn người về sau."
Phổ Nhãn năm vóc đê đầu,
Ba lần tha thiết, thỉnh cầu Thế Tôn.
Phật liền chỉ bảo ôn tồn,
Khen rằng lời hỏi nhập môn khởi đầu.
"Bồ tát sơ học(5) đạo sâu,
Trong đời mạt pháp muốn cầu giác chân,
Phải luôn ghi nhớ tinh thần,
Tâm luôn quán chiếu, chuyên cần không suy.
Trước y cứ định tư duy,
Xa-ma-tha(6) ấy tổng trì(7) thật lâu.
Giữ thân tịnh giới nhiệm mầu,
An cư tĩnh thất, chẳng đâu duyên ngoài.
Quán thân là giả hợp hoài,
Đất, Nước, Gió, Lửa đêm ngày hòa nên.
Đất là cố thể ở trên,
Nước là dịch thể nuôi bên trong mình.
Lửa là nhiệt lực quang minh,
Gió là động lực lưu trình chuyển xoay.

Chúng phân rã sẽ tan ngay,
Cái gọi thân ấy không hay nắm cầm.
Từ thân quán đến nội tâm,
Ý thức cũng giả, vọng âm sáu trần.
Mắt, tai, mũi, lưỡi, tâm, thân,
Tựa như bóng ảnh phù vân hiện hình.
Sáu căn(8) tiếp xúc sáu tình,
Kết thành tâm thức lung linh đổi dời.
Nhưng nếu cảnh diệt mất nơi,
Thức chẳng tự hiện, rã rời hóa không.
Thân, tâm, cảnh giới đều đồng,
Vì do duyên hợp thuận thông tạo thành.
Thân là giả hợp mong manh,
Thức là vọng ảnh, tròng trành phù sinh.
Cảnh là tạm hiện duyên trình,
Một khi rời gốc, tan hình mất ngay.
Biết thân hư ảo đổi thay,
Thức, cảnh, sinh, diệt cũng quay lòng vòng.
Chẳng còn huyễn mộng tâm trong,
Như lau sạch kính, toàn phòng nguy nga.
Thân tâm cấu uế đã qua,
Trí tuệ thanh tịnh tỏa ra nhịp nhàng.

Ngọc kia thuần khiết phản quang,
Hiện năm sắc thắm dịu dàng trước sau.
Kẻ mê tưởng ngọc có màu,
Người trí biết rõ: vàng thau chợ đời.
Viên Giác rực sáng muôn nơi,
Tùy duyên ứng hiện mỗi thời luân châu[9].
Người mê chấp tướng vọng cầu,
Chẳng hay thân tướng nhiệm mầu là hư.
Còn thấy thể xác riêng tư,
Thì không thể thoát kiếp người tử sanh.
Siêng tu chân chánh chí thành,
Sẽ quán thân ấy mong manh tư nghì.
Dứt dơ bẩn, dứt thị phi,
Không còn tên gọi, không gì tồn vong.
Chứng đắc chẳng có ai xong,
Không người liễu ngộ, không vòng khổ đau.
Chứng mà không thấy chứng nhau,
Chiếu soi tròn khắp một màu thiền na[10].
Thấy thân cảnh giống đóm hoa,
Xuất hiện tan biến, chẳng là bao lâu.
Pháp như giấc mộng nhiệm mầu,
Không dính, không tách, chẳng đâu ngại gì.

Bồ Đề[11] vốn khởi thai nhi,
Niết bàn[12], sinh tử chỉ khi mộng tròn.
Mộng tan, thật tánh chẳng mòn,
Không đến, không mất, không tan, không rời.
Tuệ tri chân lý sáng ngời,
Không được, không mất, chẳng lời, chẳng quên.
Tuệ giác hiện rõ từng bên,
Không ai chứng cả, chẳng tên thánh thần.
Năng, sở[13] chẳng thể nào phân,
Không người đạt đến, chẳng cần đạt chi.
Bởi lẽ pháp vốn diệu kỳ,
Bình đẳng thật tướng quang huy chẳng mờ.
Sáu căn khi đã diệu cơ,
Thì sáu cảnh giới cũng chờ phóng quang.
Nhãn, nhĩ, tỷ, thiệt, huy hoàng,
Ý căn cũng thoát chẳng còn mây che.
Cảnh, thân, sắc, pháp đâu dè,
Tịnh minh chiếu khắp suối khe đất trời.
Bốn đại[14] duyên hợp thảnh thơi,
Thành thập bát giới[15], mười nơi pháp tròn.

Mười lực, vô úy(16) sắc son,
Tám vạn(17) môn pháp huy hoàng khắp nơi,
Tất cả pháp sáng rạng ngời,
Thành một thân chiếu hiển nơi cõi trần.
Một thân tỏa sáng muôn thân,
Hiện ra mười hướng thập phần nghiêm trang.
Một thế giới tịnh rỡ ràng,
Hóa thành muôn cõi, hào quang chói lòa.
Không gian bất động bao la,
Viên Giác thể nhập đồng hòa trong tâm.
Căn, cảnh phổ biến khắp tầm,
Không chồng, không lẫn, không nhầm, không sai.
Như bao ngọn đuốc liên đài,
Sáng cùng một chỗ, không ai lụi tàn.
Bồ Tát đã ngộ tâm an,
Không buộc các pháp, không màn cách tu.
Niết Bàn tựa sáng sương mù,
Không sợ sinh tử, phàm phu, thánh hiền.
Không khen giới tịnh đạo tiên,
Không chê phá giới, chẳng giền lạc bang.

Mới học hay kẻ thâm tràng,
Cũng là viên giác huy hoàng trong tâm.
Mắt nhìn vạn tượng trăm tầm,
Thấy mà không chấp, đừng nhầm không hai.
Tu mà chẳng thấy công khai,
Chứng mà không chứng, an bài nhẹ trôi.
Cảnh, pháp, hữu, ngã, như vôi,
Tan theo mộng mị, nổi trôi thường hằng.
Sự thật không đến, không tăng,
Bất sinh, bất diệt, bất năng, bất toàn.
Không lấy, không bỏ, không mang,
Không năng, không sở, đạo vàng tròn duyên.
Thế giới như đốm hoa nghiêng,
Hiện rồi tan mất chẳng truyền chẳng lưu.
Người sau muốn ngộ vô ưu
Tu theo phương tiện không mưu trí tài.
Tư duy theo đức Như Lai,
Rồi truyền đúng pháp chẳng sai một lời.
Thế Tôn(18) dạy rõ khắp nơi,
Tất cả pháp ấy: chân trời sáng trưng.
Dù là thời mạt xin đừng,
Bất tri, bất giác mà ngừng công phu.

Hành trình giác ngộ đặc thù,
Nếu tâm lặng lẽ, quyết tu thực hành.
Dù thân là mộng mong manh,
Nhưng tâm viên giác vẫn thành đạo xưa.

Nam Mô Viên Giác Diệu Trí Như Lai Ứng Cúng Chánh Đẳng Chánh Giác Bồ Tát Ma Ha Tát.

**Chú Thích:**

*-1/ **Phổ Nhãn**(1): nghĩa là vị Bồ tát có "Con mắt thấy khắp, thấy tất cả chúng sinh, tất cả pháp, không chướng ngại". Tên gọi này tượng trưng cho trí tuệ quán chiếu sâu xa và bình đẳng, nhìn thấy được bản tánh chân thật của muôn pháp, cũng như thấu hiểu tâm niệm của tất cả chúng sinh.*

*-2/ **Bộc lưu**(2): là người đã chứng nhập vào dòng Thánh, người tiến về giác ngộ.*

*-3/ **Thất thánh tài**(3): là bảy loại "của báu" của bậc Thánh trong Phật giáo. Đây không phải là vàng bạc châu báu của thế gian, mà là các*

*phẩm chất tâm linh cao quý,nền tảng đưa người tu đạt đến Thánh quả và giải thoát gồm tín, giới, tàm, quí, văn, thí, tuệ.*

*-4/ **Chánh Định**(4) Đây là sự tập trung tâm ý cao độ, đưa tâm đến trạng thái an tĩnh, trong sáng, không loạn động, và là nền tảng để phát sinh trí tuệ chân thật.*

*-5/ **Bồ tát sơ học**(5) là cách gọi những người mới phát tâm tu theo hạnh Bồ Tát, tức mới bắt đầu bước vào con đường Bồ Tát đạo trong Phật giáo Đại thừa. Đây là giai đoạn đầu tiên trên hành trình dài tu tập để đạt đến giác ngộ hoàn toàn và cứu độ chúng sinh.*

*-6/ **Xa-ma-tha**(6): nghĩa là tịch tĩnh, an trú, làm lặng yên. Là pháp môn tu "định" còn gọi là chỉ quán, dùng để làm cho tâm không còn vọng tưởng tán loạn, tập trung vào một đối tượng để đạt định tâm sâu sắc.*

*-7/ **Tổng trì**(7): là năng lực gom giữ tất cả pháp lành và không để các pháp lành bị tán loạn hay mất mát. Đây là một khả năng siêu việt trong*

*trí tuệ và tâm thức của người tu hành, đặc biệt là các Bồ Tát.*

*-8/* ***Sáu căn***[8]*: chỉ sáu cơ quan cảm giác nơi thân người, là cửa ngõ tiếp xúc với thế giới bên ngoài và là đầu mối của sự nhận thức và phân biệt gồm có: Mắt (nhãn căn); Tai (nhĩ căn), Mũi (tỵ căn), Lưỡi (thiệt căn), Thân (thân căn) và Ý (ý căn)*

*-9/* ***Luân châu***[9]*: Một chuỗi tròn gọi là luân châu, vì có hình bánh xe tượng trưng cho sự quay vòng của hoặc sự luân hồi mà chúng ta đang vượt qua.*

*-10/* ***Thiền na***[10]*: tư duy sâu sắc, tập trung nội tâm, quán tưởng, thiền định.*

*-11/* ***Bồ Đề***[11]*: giác ngộ, tức là sự tỉnh thức hoàn toàn, thấu rõ chân lý, thoát khỏi vô minh và sinh tử luân hồi.*

*-12/* ***Niết bàn***[12]*: Trạng thái dập tắt hoàn toàn mọi phiền não, tham, sân, si, và do đó giải thoát khỏi sinh tử luân hồi*

*-13/* ***Năng, sở***[13]*: Năng là chủ thể, là "cái có khả năng làm", là bên phát khởi hành động*

*(cảm, biết, phân biệt...) và Sở là đối tượng, là "cái bị làm", là đối tượng của hành động; ví dụ như ta (năng) và nó (s*ở).

*-14/* ***Bốn đại***(14): *là đất, nước, gió, lửa dùng để chỉ bốn yếu tố cấu thành thân thể con người và vạn vật trong thế giới vật lý.*

*-15/* ***Thập bát giới***(15): *"Giới" ở đây nghĩa là lĩnh vực hoạt động riêng biệt, hay "cảnh giới", tức phạm vi của từng căn, trần, thức gồm: 6 cơ quan nhận thức nơi thân là Nhãn căn (mắt, Nhĩ căn (tai), Tỵ căn (mũi), Thiệt căn (lưỡi), Thân căn (thân thể, xúc giác), Ý căn (tâm thức, tư duy). Thêm 6 đối tượng mà căn tiếp xúc gồm Sắc trần (hình sắc), Thanh trần (âm thanh), Hương trần (mùi), Vị trần (vị), Xúc trần (sự tiếp xúc), Pháp trần (ý niệm, khái niệm, tư tưởng).* Cuối cùng là *Sáu thức bao* gồm *6 loại nhận biết phát sinh do căn tiếp xúc trần với Nhãn thức (thấy), Nhĩ thức (nghe), Tỵ thức (ngửi), Thiệt thức (nếm), Thân thức (cảm xúc), Ý thức (suy nghĩ, phân biệt)*

*-16/ **Mười lực, vô úy**(16): Mười Lực trí huệ viên thành,Biết nhân, biết quả, rõ rành ba sinh.Biết căn tánh, cảnh giới thiền, đoạn lậu, thấy rõ đạo hiền thánh chân. Vô úy bốn pháp tuyệt trần, Dạy người đoạn hoặc, chứng phần chân như. Không sợ dạy pháp chân như, Đưa người ra khỏi mịt mù trầm luân.*

*-17/ **Tám vạn**(17): ý nói tám mươi bốn* nghìn pháp môn tu hành.

*-18/ **Thế Tôn**(18): là một danh hiệu cao quý dùng để chỉ Đức Phật Thích Ca Mâu Ni, Đấng Giác Ngộ Toàn Giả, người đã dạy đạo giải thoát cho chúng sinh.*

## Phẩm Kinh Thơ Viên Giác Số 4
## Chương Kim Cang Tạng

Kim Cang Tạng[1] khởi đại thừa,
Từ nơi thính chúng liền thưa nhẹ nhàng.
Nhiễu quỳ bên Phật đoan trang,
Ba lần lễ kính, lòng mang thỉnh cầu.
Chắp tay, ngài thưa những câu:
-Bạch Thế Tôn, đấng nhiệm mầu cao minh!
Xin vì đại chúng hữu tình,
Giảng về Viên Giác chân linh nhiệm mầu.
Ngài từng khai thị ban đầu,
Chỉ đường tu tập thâm sâu thế nào.
Độ người mù cứ tự cao,
Khai tâm mở trí, phá bao mộng huyền.
Chúng con trong cõi pháp thiền,
Nghe lời từ ái, tâm liền sáng ra.

Giảng rằng Phật tánh trong ta,
Cớ sao mê muội khởi tà u minh?
Nếu tâm vốn Phật chân tình,
Vì sao còn phải chịu hình luân mê?
Nếu rằng ngu tối sẵn kề,
Thì sao Phật tánh vẫn hề gọi tên?
Đã là Phật sao lầm quên,
Chư Phật lúc trước trở nên lạc đường?
Xin ngài rũ chút tình thương,
Giải cho Bồ Tát mười phương hợp thời.
Lại kẻ hậu học sau đời,
Khai cho Viên Giác sáng ngời lòng tin.
Dứt tan nghi hoặc tầm nhìn,
Biết đường chân chánh cúi xin lời vàng,
Ba phen cúi lạy nhịp nhàng,
Năm phần thân thể phủ ngang pháp tòa.
Nhất tâm đảnh lễ Thích Ca,
Ngài dâng thỉnh nguyện thiết tha kiền thành.
Phật rằng: Thầy hỏi lời lành,
Vì hàng hậu thế hiểu rành thâm sâu.
Viên Giác vi diệu nhiệm mầu,
Chính là gốc rễ nhiếp thâu muôn đàng.

Là nguồn trí tuệ mở mang,
Truyền trao Bồ Tát thênh thang đất trời.
Thầy nay hãy lắng nghe lời,
Như Lai chỉ rõ những nơi nhiệm màu.
Chúng sinh, thế giới bể dâu,
Sinh, diệt, hợp, tán, cạn, sâu, đổi dời.
Tất thảy như bóng mây trôi,
Chẳng ai giữ được một thời như nhau.
Luân hồi như gió thổi mau,
Ý khởi, ý diệt, biến màu rồi tan.
Chưa ra khỏi chốn gian nan,
Mà cầu giác ngộ, khó an tí nào.
Ví như mắt bệnh thấy sao,
Nước yên mà thấy lao xao sóng dồn.
Mắt lòa, trăng cũng quay tròn,
Mây bay thấy nguyệt dời non ngút ngàn.
Ngồi thuyền lướt sóng dọc ngang,
Tưởng cây lay động, bước sang bây giờ.
Nếu không dứt vọng trong mơ,
Thì đâu thấy rõ bến bờ chân tâm?
Luân hồi chưa tịnh sâu thâm,
Thì nơi viên giác cũng lầm bóng nghiêng.

Ví như con mắt đang phiền,
Thấy hoa đốm nổi giữa miền không gian.
Lành rồi, mắt chẳng mơ màng,
Chớ hỏi hoa ấy còn đang hiện tiền.
Không gian vốn chẳng y nguyên,
Hoa kia là vọng, hão huyền chẳng lâu?
Không gian vốn chẳng có đầu,
Không sinh, không diệt, chẳng sâu, chẳng viễng.
Niết bàn, sinh tử ngả nghiêng,
Cũng là hoa ảo triền miên giữa trời.
Viên giác không tướng đổi dời,
Không theo hoa đốm để rời chân tâm.
Cũng như lọc quặng trong hầm,
Vàng không nhờ lọc mới tầm y nguyên.
Vàng kia đã sẵn tinh truyền,
Lọc ra chỉ để vàng riêng lâu bền.
Vàng ròng tự nó mà nên,
Không hoàn quặng cũ, chẳng quyên đổi dời.
Viên giác không khởi, không rơi,
Không thành, chẳng diệt, không nơi luân hồi.

Chúng sinh, Phật tánh, nổi trôi,
Đều như hoa đốm có rồi liền bay.
Dùng tâm phân biệt đọa đày,
Làm sao thấy được mặt mày viên minh?
Đem tư duy gượng xét hình,
Như đóm lửa đốt thiên đình Tu Di(2).
Không sao đạt được pháp y,
Biển Như Lai tạng diệu kỳ rộng sâu.
Bởi do vọng tưởng trong đầu,
Khởi tâm luân chuyển nên mâu thuẩn hoài.
Sáu trần dính chặt vòng xoay
Tư duy vọng thức(3) diễn bày hư không.
Như hoa đốm nổi giữa đồng,
Làm sao mong gặt trái hồng từ mây?
Dùng vọng mà phá vọng đây,
Chẳng qua thêm vọng chất đầy trong tim.
Phải dừng ngay lúc kiếm tìm,
Buông rơi tất cả lặng im mới về.
Tâm không dính mắc u mê,
Tức là viên giác chẳng hề tìm đâu.
Pháp này chẳng đến thâm sâu,
Ngay nơi hiện tại nhiệm mầu mở ra.

Không theo thứ lớp chia xa,
Không cần phương tiện, chỉ là tánh tâm.
Chân như chẳng đến, chẳng tầm,
Chẳng do tu đắc, chẳng cần mong chi.
Phật dạy kết tụng từ bi:
Kim Cang Tạng hỡi! khắc ghi điều này:
Viên giác vốn chẳng đổi thay,
Chẳng sinh, chẳng diệt, chẳng ngày, chẳng đêm.
Dùng tâm luân chuyển êm đềm,
Tư duy viên giác, chẳng thêm mà thành.
Như vàng lọc quặng trong lành,
Xong là ròng khiết chẳng sanh thô thường.
Chúng sinh, chư Phật mười phương,
Niết bàn, sinh, diệt như hương vô hình.
Tư duy là mộng là sinh,
Dùng mộng hỏi mộng, thêm tình huyễn hư.
Biết rõ vọng thức không dư,
Rồi sau mới có thể như chân thường.
Phật rằng pháp tánh tâm vương,
Không thêm, chẳng diệt, chẳng đường tử sanh.

Khi buông vọng tưởng trở thành,
Mới thấy viên giác, hiện hành trong tâm.
Cái biết như biển thậm thâm,
Tất cả pháp giới đều tầm trong "tôi".
Không phân biệt, chẳng chẻ đôi,
Bất sinh, bất diệt, chỉ ngồi lắng yên.
Nếu không bỏ vọng hão huyền,
Mắt chẳng thấy được cơ duyên tâm hành.
Phải xả niệm, gỡ sắc danh,
Chỉ khi lòng tĩnh mới thành viên minh.
Tâm chưa tịnh, vọng biến hình,
Thì làm sao thấy thật tình giác chân?
Muốn vào viên giác định thần,
Thẳng vào tâm ý, không cần đi xa.
Viên giác bản thể chính là,
Chẳng sinh, chẳng diệt, không ta, không người.
Với tâm thanh tịnh sáng tươi,
Mới thấy được pháp, nụ cười vô ưu.
Lòng không thương ghét oán cừu
Đừng chạy theo sắc, đừng lưu bóng hình.
Ngay nơi hiện tại, trong mình,
Pháp viên giác ấy đã sinh sẵn rồi.

Nếu dừng vọng tưởng trong "tôi",
Pháp viên giác hiện ra ngôi báu lành.
Không chờ, không đợi, không canh,
Chỉ cần buông bỏ, sẽ thành giác chơn.
Phật dạy đạo lý thiên, nhơn,
Tự mình chứng ngộ, tự hơn chính mình.
Bồ tát thận trọng, bất khinh,
Tịnh thân khẩu ấy, an bình tư lương(4).
Khi không chấp trước nhân thường,
Tâm tự thanh tịnh, hết đường si mê.
Viên giác trọn vẹn liền kề,
Là tánh chân thật không hề đổi thay.
Bước đi thân ý thẳng ngay,
Chỉ cần một niệm, hiển bày viên quang.
Chẳng cần phải đợi đêm tàn,
Ngay nơi hiện tại, đạo tràng chân minh.
Phật dạy, tất cả chúng sinh,
Vốn là Phật tánh, nhưng tình si mê,
Mong rằng thức tỉnh quay về,
Chính tâm thoát khỏi não nề lầm than.
Không cầu giải thoát ngoài đàng,
Chỉ cầu thanh tịnh, viên quang trong lòng.

Chúng sinh đồng khởi ước mong,
Làm tâm thấu suốt như dòng pháp luân.
Giác ngộ căn tánh thấm nhuần,
Dừng mọi ác nghiệp gian truân sạch liền.
Tu hành đừng sợ thiếu duyên,
Vì trong viên giác vô biên hạnh lành.
Chúng sinh vô thỉ(5) mê danh,
Cần phải thức tỉnh để hành chân tâm.
Bởi vì viên giác không lầm,
Sẵn có trong mỗi, diệu âm sáng ngời.
Chỉ cần quên hết mọi nơi,
Trở về với gốc, thấy đời lạc an.
Với lòng tĩnh lặng, thanh nhàn
Chẳng tìm mà ngộ rõ ràng viên minh
Khi đã tỏ thấu sự tình
Vọng tưởng tan biến, trí sinh đưa đò,
Tâm là bản thể tự do,
Không còn phân biệt, chẳng lo, chẳng sầu.
Với pháp viên giác thâm sâu,
Tâm thanh tịnh, chẳng vướng lâu bụi trần.
Chúng sinh thấy rõ cái chân,
Sẽ vào viên giác, tinh thần an nhiên.

Mong rằng Tăng, Tục, Thánh, Hiền,
Cái tâm viên giác chẳng truyền ngoài thân.
Bản lai diện mục[(6)] sáng ngần,
Thấy được Phật tánh[(7)], giác chân viên toàn.

Nam Mô Viên Giác Diệu Trí Như Lai Ứng Cúng Chánh Đẳng Chánh Giác Bồ Tát Ma Ha Tát.

***Chú Thích:***

*-1/ **Kim Cang Tạng**[(1)]: là một vị Bồ Tát quan trọng trong Mật Tông, đặc biệt trong hệ thống Thai Tạng Giới Mạn Đà La và Kim Cang Giới Mạn Đà La của Mật giáo Nhật Bản và Mật tông Tây Tạng. Trong Mật giáo, Kim Cang Tạng Bồ Tát là một trong Ngũ Trí Như Lai biến hiện hoặc một trong các Bồ Tát hộ pháp cận thân của Đại Nhật Như Lai bởi Ngài tượng trưng cho trí huệ Kim Cang, là người giữ gìn kho tàng bí mật Mật giáo, đồng thời là vị hộ trì cho sự tu hành của chư hành giả.*

*-2/ **Tu Di**[2]: Theo kinh điển thì thế giới vật lý được miêu tả ở giữa vũ trụ là núi Tu Di cao 84.000 do-tuần (mỗi do-tuần khoảng vài chục km), nền vuông, đỉnh nhọn. Chung quanh Tu Di là bốn châu thiên hạ: Đông Thắng Thần Châu, Tây Ngưu Hóa Châu, Nam Thiệm Bộ Châu, và Bắc Câu Lô Châu. Núi Tu Di được bao quanh bởi bảy dãy núi và bảy biển, tạo thành một hệ thống đồng tâm. Trên đỉnh núi Tu Di là cõi trời Đao Lợi, nơi trú ngụ của Đế Thích và các chư thiên. Biểu tượng triết lý là tượng trưng cho trung tâm của thế giới, trục tâm linh nối liền trời, người, đất. Nó cũng biểu trưng cho tâm thức về cao rộng, khó đạt tới, nhưng ai vượt qua được thì sẽ lên đến cảnh giới an vui. Cuối cùng, luận giải cũng cho rằng núi Tu Di là biểu tượng của cái ngã to lớn mà người tu cần vượt qua để đạt giải thoát.*

-3/ ***Vọng thức***[3]*: là thường dùng để chỉ các loại nhận thức sai lầm, hư vọng, không đúng với chân lý hay thực tướng của vạn pháp. Đây là thức phân biệt do vô minh mà sinh, thường* *trái với chân thức hay chân trí tức trí tuệ giác ngộ, thấy được như thật.*

-4/ ***Tư lương***[4]*: là ba yếu tố căn bản mà người tu hành cần tích lũy để có thể tiến bước vững vàng trên con đường giác ngộ, giải thoát. Ba yếu tố đó là: a/ Tín là lòng tin sâu vững chắc vào Tam Bảo, tin vào luật nhân quả, tin rằng tu hành sẽ đưa đến giác ngộ và giải thoát. Niềm tin là bước đầu tiên mở lối cho người tu, như người đi trong rừng tối mà có đuốc soi đường. Nếu không có tín, thì dù pháp môn có cao siêu, cũng không thể thực hành được đến nơi. b/ Nguyện là tâm nguyện mạnh mẽ, chân thật muốn tu hành giải thoát, muốn độ mình và độ người. Có nguyện thì mới có hướng đi, mới không thối chuyển giữa đường.Trong pháp môn Tịnh độ, nguyện vãng sanh về Cực Lạc là yếu tố thiết yếu để được Phật tiếp độ. c/ Hạnh là phần thực tiễn, hành trì tu tập như giữ giới, hành thiền, niệm Phật, bố thí, trì chú, tụng kinh...Có tín và nguyện mà không có hạnh, thì như vẽ bánh không thể* *ăn, không thể đạt quả vị. Hạnh phải đi kèm với chánh niệm và tinh tấn, mới có kết quả vững bền.*

-5/ ***Vô thỉ***[5]*: là một khái niệm rất quan trọng dùng để nói đến thời gian không có khởi đầu, đặc biệt liên quan đến vòng luân hồi và vô minh, nguồn gốc của khổ đau trong sinh tử, ví như chúng sinh đã trôi lăn trong vòng sinh tử luân hồi từ vô lượng kiếp, không thể biết được khởi điểm, không thể tìm thấy khởi đầu của dòng tâm thức, hay lần đầu tiên một chúng sinh sinh ra, vì vô minh đã tồn tại từ vô thỉ.*

-6/ ***Bản lai diện mục***[6]*: nghĩa là "bộ mặt xưa nay vốn có", hay "chân diện mục nguyên sơ". Đây là một cách nói chỉ bản tánh chân thật, tự tánh thanh tịnh vốn sẵn nơi mỗi chúng sinh. Bản lai diện mục có thể hiểu là bản thể chân thật, chưa bị vọng tưởng che lấp, cái "tâm Phật" mà ai cũng có.*

-7/ ***Phật tánh***[7]*: là bản tánh giác ngộ sẵn có nơi tất cả chúng sinh, tức là khả năng thành Phật vốn có, không do tu mới có mà chỉ do mê nên bị che khuất. "Tất cả chúng sinh đều có Phật* *tánh" nghĩa là, mọi loài dù đang còn trôi lăn trong luân hồi vẫn có khả năng giác ngộ, vì trong bản thể họ vẫn còn giữ "chủng tử" của Phật tánh. Phật tánh là bản tánh giác ngộ.*

## Phẩm Kinh Thơ Viên Giác Số 5
## Chương Di Lặc

Thuở xưa giữa chốn đạo tràng,
Di Lặc[1] đứng dậy, đoan trang lễ Thầy.
Quỳ bên chân Phật ngay đây
Đi ba vòng phải, lời nầy kính dâng.
"Bạch Thế Tôn, đấng hồng ân,
Ngài thương đại chúng, ân cần giải nghi[2],
Pháp âm mầu nhiệm quang huy,
Giúp người sau chót khỏi quy nẻo tà.
Nay con cúi lạy thiết tha,
Vì người hậu học, ta bà u minh.
Làm sao đoạn gốc tử sinh,
Dục, ái khởi nghiệp, coi khinh luân hồi?
Xin Phật chỉ rõ cái "tôi"
Chủng tánh muôn loại, tô bồi tu thân.

Hóa duyên phương tiện bao lần,
Trở về bụi bặm hồng trần độ sanh?
Ba phen quỳ lạy chí thành,
Vận dụng năm uẩn sắc danh cúi đầu.
Nghe xong Phật chẳng chờ lâu,
Lành thay Thiện Tử, khéo cầu giải nghi.
Nghe đây, ta nói chi li
Nêu ra cốt tủy viên tri đạo thiền.
Chúng sinh chẳng khác lửa thiêng,
Do tâm dục khởi mà liền xoay quanh.
Ái ân tương tục hỏa khanh(3),
Từ thai, trứng, thấp, hóa thành mà ra.
Bởi yêu sự sống nên là,
Quay về ái dục, nghiệp tà nối nhau.
Trái lòng thì khởi sầu đau,
Nghiệp xấu gây tạo, chìm mau ba đường(4).
Địa ngục, ngạ quỷ, thảm thương,
Súc sinh cũng bởi vô thường tham sân.
Nếu ham thiện nghiệp mà gần,
Cũng còn luân chuyển xoay vần chẳng ra.
Chư thiên, nhân loại cũng là,
Quả lành từ ái chưa xa ngã trần.

Muốn hết sinh tử mê sân,
Trước tiên đoạn gốc xoay vần ái ngay.
Bồ Tát chẳng bởi dục lay,
Mà do đại nguyện hiển bày tử sanh.
Thương người khổ não mong manh,
Nên theo phương tiện mà hành đại bi.
Kẻ hậu học muốn thoát đi,
Phải siêng cầu giác, tu trì trước sau.
Hai điều chướng ngại phải mau:
Một là Chân Lý[(5)], che màu chánh tri.
Hai là Nghiệp Dụng[(6)], khổ bi,
Dẫn về sinh tử kéo đi không ngừng.
Ai còn hai thứ chưa dừng,
Khó thành Phật quả, khó ngưng vọng trầm.
Diệt xong nghiệp dụng âm thầm,
Chưa phá chánh lý thì tâm nhị thừa.
Nếu ai chí nguyện vẫn chưa,
Tu theo viên giác, sớm ngừa chướng mê.
Đoạn hai chướng ngại vẹn bề,
Thì vào Bồ Tát, chẳng hề tham dâm.
Hết luôn vọng tưởng mê lầm,
Thì thành Phật quả, tịnh tâm vô cùng.

Chúng sinh nào cũng có chung,
Tánh linh viên giác, chẳng trùng hà sa[7].
Nhờ thầy lành chỉ đường ra,
Tu nơi căn bản, ấy là pháp chân.
Gặp tà kiến dẫn mê đần,
Thì sinh ngoại đạo, dẫu thân vẫn lành.
Tất do thầy chỉ rành rành,
Không nên trách kẻ chân thành tìm tu.
Chúng sinh căn tánh độn ngu,
Tùy theo duyên lực trợ phù đạo thiêng.
Bồ Tát đại nguyện khởi liền,
Vì thương nhân thế đảo điên mê mờ.
Thị hiện muôn dạng không ngờ,
Tùy duyên hóa độ qua bờ thiện chơn.
Cũng làm phàm tục trong cơn,
Cùng ăn cùng sống, chẳng sờn chân tâm.
Giả thân, giả cảnh thế trần,
Để dần thức tỉnh thế nhân thoát nàn.
Thời sau muốn nhập đạo vàng,
Phải lập đại nguyện rõ ràng ban sơ.
Xin thiện tri thức đón chờ,
Nhị thừa, ngoại đạo xóa mờ hướng tu.

Nguyện tâm sáng tựa trăng thu,
Thường trụ viên giác, chẳng xu nịnh tà.
Dần dần chướng ngại lui xa,
Đến khi viên mãn mới là đạo chân.
Khi ấy ngọc sáng toàn thân,
Vào thành đại giác, trọn phần tự do.
Bồ Tát bi nguyện đưa đò,
Chèo sông sinh tử thoát lò nhân sinh.
Người tu thời mạt khổ tình,
Nếu biết dứt ái, chân minh hiện về.
Bỏ lòng yêu ghét u mê,
Tham, sân, si diệt, lối về an nhiên.
Ai còn mong mỏi nhân duyên,
Xin nguyện tu học theo miền giác thông.
Gặp minh sư dẫn qua sông,
Dứt liền vọng ngã, sen hồng đỡ chân.
Dù thấp kém chẳng đồng thân,
Y theo viên giác dự phần tinh anh.
Tu cho đến tận ngọn ngành,
Diệt xong hai chướng(8) là sanh Niết bàn.
Nghe xong lời Phật bảo ban,
Di Lặc cúi lạy, muôn vàng thọ ân.

Tâm khai, ý sáng vô ngần,
Tan mây, trăng lộ viên chân hiển bày.
Ba phen tán thán, lành thay!
Chí nguyện rộng lớn hiển bày chân như.
Nguyện cho pháp giới quần cư,
Đều nghe Di Lặc dứt trừ nghi nan.
Nguyện ai tâm tưởng mơ màng,
Được thầy chỉ lối, dứt đàng si mê.
Nguyện ai chưa đến bồ đề,
Sớm vào viên giác, hương quê chánh dòng.
guyện ai lạc bước long đong,
Biết quay về Phật, thong dong đạo mầu.
Nguyện cho pháp giới thâm sâu,
Không còn chướng ngại, chẳng sầu luân sinh.
Nguyện ai sống giữa vô minh,
Gặp ngọn đuốc sáng soi hình thật tâm.
Nguyện ai vọng tưởng sai lầm,
Tự mau tỉnh ngộ, thậm thâm đại thừa.
Di Lặc chắp tay kính thưa:
"Nguyện theo chân Phật, chẳng ngừa gian nan.
Dẫu thân còn giữa thế gian,
Tâm này nguyện trú Niết bàn sáng trong.

Con nguyện trụ thế quan phòng[9],
Dùng thân muôn loại mở lòng chúng sinh.
Dẫu lửa thiêu đốt nhục hình,
Nguyện đem nước mát tâm linh tưới tràn.
Nguyện dùng từ lực vô vàn,
Hữu, vô tình[10] được lạc bang đón mời.
Nguyện hào quang Phật sáng ngời,
Pháp thân chan chứa, khắp nơi nhiệm mầu.
Tuy con chưa trọn đạo sâu,
Nhưng nhờ lời Phật dẫn đầu đường tu.
Nguyện theo hạnh nguyện công phu,
Dắt người hết cảnh viễn du luân hồi."

Nam Mô Viên Giác Diệu Trí Như Lai Ứng Cúng Chánh Đẳng Chánh Giác Bồ Tát Ma Ha Tát.

***<u>Chú Thích:</u>***

-1/ ***Di Lặc***[1]: *Bồ Tát Di Lặc là vị Bồ Tát được xem là Phật tương lai, sẽ giáng sinh xuống cõi Ta Bà để kế tiếp Đức Phật Thích Ca Mâu Ni,* *hóa độ chúng sinh khi giáo pháp của Phật Thích Ca đã mai một.*

*-2/ **Giải nghi**(2): nghĩa là giải đáp nghi ngờ, hay hóa giải những điều còn thắc mắc trong tâm. Giải nghi là một bước quan trọng trong quá trình tu học và giác ngộ. Khi tâm còn nghi, thì trí không phát sanh; nên các vị Bồ Tát, chư Phật thường dùng phương tiện phá nghi sanh tín, nghĩa là giải thích rõ ràng để người nghe từ nghi ngờ mà khởi lòng tin, rồi từ đó thực hành đúng pháp. Ví dụ trong Kinh Thơ Viên Giác này thì mỗi phẩm có một vị Bồ Tát lần lượt nêu nghi vấn để Thế Tôn giải thích. Đó chính là tiến trình "nêu nghi, giải nghi, nhập đạo". Trong Tứ Y Pháp, có câu: "Y nghĩa bất y ngữ", giúp người học phá nghi chấp chữ mà ngộ nghĩa chân thật. Do vậy giải nghi không chỉ là trả lời thắc mắc, mà là giúp người tháo gỡ chướng ngại trong trí tuệ, để đi đến chánh kiến và giải thoát.*

*-3/ **Hỏa khanh**(3): hầm lửa, ý nói trong địa ngục bị thiêu đốt suốt ngày đêm.*

*-4/ **Ba đường**(4): Ba trong sáu nẻo luân hồi gồm Địa ngục, Ngạ quỷ, Súc sanh*

*-5/ **Chân Lý**(5): là diệu lý nhiệm mầu vượt ngoài ngôn từ và khái niệm thông thường, như Tứ Diệu Đế, Thập Nhị Nhân Duyên, hay Pháp tánh chân như. Chân lý ở đây không chỉ là lý thuyết, mà là điều phải chứng ngộ qua tu tập.*

*-6/ **Nghiệp Dụng**(6): là công năng vận hành của nghiệp do vọng tâm tạo ra. Người tu hành cần thấy rõ nghiệp dụng là hư vọng, không thật, và tu tập để đoạn dứt nghiệp dụng, trở về với Viên Giác thanh tịnh – bản tánh vốn không sinh không diệt, không tạo tác.*

*-7/ **Hà sa**(7): nhiều như cát tại sông Hằng, ý chỉ số nhiều không thể đếm*

*-8/ **Hai chướng**(8): Thứ nhất: Phiền não chướng là những chướng ngại do phiền não gây ra, như tham, sân, si, mạn, nghi, ác kiến... khiến tâm chúng sinh không thanh tịnh, không thấy được chân lý. Thứ hai: Sở tri chướng là chướng ngại do chấp trước vào tri kiến, hiểu biết, phân biệt, ngăn cản sự thành Phật.*

*-9/* ***Quan phòng***[9]**:** *là canh gác, giữ gìn cẩn thận, không để điều xấu xảy ra. Ý kinh này có thể mang nghĩa canh giữ thân tâm, bảo vệ an ninh, hay đề phòng tai họa cho thân và tâm.*

*-10/* ***Hữu, vô tình***[10]*: Hữu tình nghĩa là chúng sinh có tâm thức, có cảm thọ, có nghiệp thức, biết vui buồn, khổ lạc, có vọng tưởng, và chịu luân hồi sinh tử. Vô tình là những pháp, vật không có tâm thức, không cảm thọ, không tạo nghiệp và không thọ quả báo, bao gồm các sự vật vô tri: núi, sông, cây, đá, đất, nước, gió, lửa,... hay khí thế gian, tức là thế giới vật chất, nơi hữu tình nương tựa sinh sống.*

## Phẩm Kinh Thơ Viên Giác Số 6
## Chương Thanh Tịnh Tuệ

Ngài Thanh Tịnh Tuệ[1] đổi ngôi,
Đứng lên đảnh lễ tô bồi phước duyên.
Lòng con cung kính vô biên,
Quỳ xuống thưa thỉnh hỏi nguyên nhân rằng:
"Thế tôn thường chiếu tuệ đăng[2],
Khai tâm mở trí vạn năng huy hoàng,
Nghe được pháp Phật nghiêm trang
Thân ý giải thoát, rỡ ràng thâm tâm.
Nay con cung bạch truy tầm,
Xin Ngài chỉ dạy, diệu âm pháp mầu.
Viên Giác đạo lý cao sâu,
Chúng sanh, Bồ tát có đâu khác gì?
Ngưỡng mong Đấng đại từ bi[3],
Cho người sau dễ bước đi đạo vàng."

Ba phen thỉnh giữa đạo tràng,
Thành tâm, cung kính, hai hàng lệ trong.
Thế Tôn ánh mắt sáng ròng,
Mỉm cười từ tốn, rũ lòng khẽ khuyên:
"Con ơi, lắng tĩnh tâm hiền,
Như Lai chỉ dạy pháp thiêng nhiệm mầu.
Viên giác chẳng tánh riêng đâu,
Chúng sinh đều có minh châu[(4)] trong lòng.
Chủng loài địa, thủy, hỏa, phong[(5)],
Nhưng trong bản thể một dòng viên quang.
húng sanh, Bồ Tát hai đàng,
Khi tan huyễn mộng, ai mang chứng phần?
Như người không thấy chính thân,
Viên giác vốn chẳng phân vân khác gì.
Chúng sinh mê mộng vọng si,
Chấp vào tự ngã[(6)] mà đi lạc đường.
Gặp thầy bạn tốt khai phương,
Viên giác sáng rọi, lòng thương hiện về.
Biết rằng khổ bởi si mê,
Hình thành bản ngã, bốn bề buộc thân.
Nhưng cái "biết" ấy tuy gần,
Lại sinh chướng ngại, khó phần tự do.

Bồ Tát không chút đắn đo,
Biết rằng tuệ giác khuôn phò chân quang.
Tuy phá được chướng cản đàng,
Vẫn còn vướng víu mấy hàng trí năng(7).
Biết như ngón chỉ mặt trăng,
Đừng chấp ngón ấy, hãy thăng nguyệt vầng(8).
Lời Phật chỉ dạy tác nhân,
Cũng như ngón trỏ chỉ lần chân như.
Bồ Tát chứng thập địa(9) cư,
Chẳng còn bị vướng bởi dư biết này.
Người biết, "biết" ấy đều bay,
Như người tự chặt bàn tay khỏi mình.
Biết là chướng ngại phát sinh,
Biết để dẹp biết, đạo tình hiện ra.
Ngón tay không phải là hoa,
Trăng kia mới thật là tòa đạo tâm.
Chánh niệm, vọng niệm(10) đồng âm,
Chẳng cần trừ diệt, vẫn lâm Niết-bàn.
Ngoại đạo, Phật pháp không màng,
Tất cả là một đạo vàng tu tâm.
Thiện nam tử! lắng thậm thâm,
Đừng phân biệt, cũng đừng tầm quả duyên.

Giữa đời vọng cảnh triền miên,
Nghe viên giác dạy, chợt liền ngộ tâm.
Ai không phân biệt sai lầm,
Chính là Bồ Tát xa tầm khổ đau.
Hiến dâng Phật sự trước sau,
Công đức dày rộng, đạo làu kinh xong.
Như Lai xác nhận tấm lòng,
Chứng viên tuệ giác sáng trong vẹn tròn.
Ngài còn tiếp pháp vàng son:
"Viên giác bản thể vẫn còn như xưa.
Chẳng có thủ chứng nhị thừa(11)
Chúng sanh, Bồ Tát, đều chưa giác toàn.
Khi viên giác sáng rõ ràng,
Mọi thứ phân biệt nhẹ nhàng cuốn phăng.
Phàm phu vì chướng tri ngăn,
Bồ Tát sơ địa(12) vẫn bằng trong mê.
Chỉ khi thập địa chứng về,
Tâm không còn vọng, chẳng hề dính vương.
Như Lai đại giác vô lường,
Giải thoát tự tại, chẳng nương pháp trần.
Ai đời sau, giữ chánh nhân,
Không còn vọng niệm, bước gần giác tri.

Ấy là Bồ Tát quang huy,
Tu hành chân chính, thuận vì nhân gian.
Tất cả pháp ấy bảo ban,
Tùy nơi thích ứng, vào hàng viên minh.
Ai tu đúng pháp chân tình,
Tự do giải thoát, đời mình an nhiên.
Viên giác rộng lớn vô biên,
Không phân biệt, chẳng ưu phiền chứng ngôn.
Chúng sanh, Bồ Tát chẳng tồn
Khi tâm trong sáng thần hồn tựa gương.
Như Lai khẳng định tỏ tường,
Viên giác không khác, chẳng thường riêng ai.
Khác nhau bởi vọng tâm sai,
Vì do chướng ngại lấp đài chơn tâm.
Vô thủy mê mộng âm thầm,
Chấp ngã sinh khổ, chìm ngâm vạn thời.
Nhận ngã là thật giữa đời,
Biết chăng "bản ngã" cũng rời hư không?
Vướng vòng sinh tử tang bồng,
Trôi lăn mãi kiếp khổ công luân hồi.
Ai may gặp bạn lành rồi,
Thấy viên giác sáng tô bồi chơn tâm.

Nhận ra thể tánh âm thầm,
Tự nhiên giải thoát khỏi lầm khổ đau.
Biết đời mộng huyễn muôn màu,
Nhưng "biết" cũng vẫn trước sau cản đường.
Bồ Tát thấu rõ vô thường,
Nhưng chưa thể dứt đoạn trường tri tâm.
Dẫu phá được một vài tầm,
Vẫn còn vướng víu âm thầm chưa nguôi.
Bồ tát thập địa chín mùi,
Mọi chướng ngại mới thối lui trọn đầy.
Chẳng còn trụ lại nơi đây,
Cái "biết" cũng mất, chẳng xây vọng đường.
Tri không là thực pháp thường,
Ngón tay chỉ nguyệt, tỏ tường nơi trăng.
Vọng cảnh, vọng niệm che ngăn,
Biết rõ thì chẳng trôi lăn sai lầm.
Các pháp đối đãi âm thầm,
Chỉ là huyễn ảnh của tâm vọng nầy.
Chánh niệm, vọng niệm như mây,
Cùng tan giải thoát trọn đầy không gian.
Như Lai giác ngộ rõ ràng,
Viên giác không bị ngăn hàng ngại chi.

Mọi điều đối lập thị phi,
Tan nơi viên giác, rồi thì vắng không.
Chúng sinh mê mụi mênh mông,
Sinh khổ tử lụy chất chồng tháng năm.
Ai thấy được ánh trăng rằm,
Viên giác hiện rõ cả trăm nhiệm mầu.
Không còn vọng tưởng khổ sầu,
Sống trong thực tại quay đầu thảnh thơi.
Nghe pháp này, giác liền nơi,
Không nghi, không sợ, tâm thời mở khai.
Người như thế, đúng thiện Tài,
Bồ Tát chân chính, tái lai hồng trần(13).
Công đức tích tụ muôn phần,
Viên giác thành tựu, ân cần đạo xưa.
Như Lai khen ngợi nhất thừa(14)
Đã thấu pháp tánh, không chừa đúng, sai.
Tâm trong chẳng vướng lưới gai,
Sống đời giác ngộ hoa khai nhiệm mầu.
Viên giác là sống thật sâu,
Không thuộc ai cả, chẳng cầu sở tri(15).
Chẳng phải Bồ Tát, cũng phi,
Chúng sinh hay Phật, một kỳ tâm không.

Ai tu sáng tỏ viên đồng,
Giải thoát tự tại hòa thông đạo đời.
Người tu đúng pháp không rời,
Là bậc thánh trí giữa thời u mê.
Viên giác là sống chân quê,
Không phân biệt, cũng chẳng hề lầm sai.
Phàm phu, Bồ Tát, Như Lai,
Đều không rời thể viên khai nhiệm mầu.
Vì thế, con hãy nhớ lâu,
Viên giác là tánh(16) thâm sâu muôn đời.
Không người chứng đắc ngôi trời,
Chúng sinh cũng chẳng, chỉ nơi thật lòng.
Thanh Tịnh Tuệ đảnh lễ xong,
Đại chúng im lặng, trong lòng thanh cao.

Nam Mô Viên Giác Diệu Trí Như Lai Ứng Cúng Chánh Đẳng Chánh Giác Bồ Tát Ma Ha Tát.

**Chú Thích:**

-1/ ***Thanh Tịnh Tuệ**(1)*: *Bồ Tát Thanh Tịnh Tuệ là một trong 12 vị Bồ Tát đại diện cho các* *bậc tu hành thượng thủ được nêu tên trong Kinh Thơ Viên Giác này diễn tả về sự giác ngộ viên mãn và tánh Viên Giác của tất cả chúng sinh. Ngài thay mặt đại chúng thưa hỏi Phật về phương pháp tu hành từ lúc phát tâm cho đến khi chứng ngộ, làm sao để vượt qua chấp trước vi tế, và trừ sạch tập khí phiền não để thành tựu viên mãn.*

-2/ **Thường chiếu tuệ đăng**[(2)]*: chỉ ánh sáng trí tuệ Phật thường chiếu soi không dứt, là ngọn đèn trí tuệ luôn chiếu sáng, không tắt, không gián đoạn, ám chỉ trí tuệ Bát Nhã luôn soi rọi vô minh, giúp chúng sinh giác ngộ.*

-3/ **Đấng đại từ bi**[(3)] *: tức đức Phật Thích Ca Mâu Ni, thường được xưng tụng là Đấng Đại Từ Bi vì lòng thương vô hạn với chúng sinh, thị hiện xuống trần để giáo hóa, đưa chúng sinh ra khỏi khổ.*

-4/ **Minh châu**[(4)] *tức Phật tánh trong lòng*

-5/ **Địa, thủy, hỏa, phong**[(5)]*: tứ đại gồm đất, nước, gió, lửa tạo ra thân vật chất*

*-6/ **Tự ngã**(6): là cách gọi cái "tôi", cái "mình" mà con người thường chấp có một chủ thể riêng biệt, độc lập, có thật.*

*-7/ **Trí năng**(7): Vọng thức cũng có trí năng phân biệt, nhưng là trí năng mê vọng, chỉ thấy tướng, không thấy tánh. Chân trí năng là trí của người tu, đã phá vọng, dùng trí tuệ thanh tịnh quán sát vạn pháp như huyễn.*

*-8/ **Nguyệt vầng**(8): Trong câu "Ngón tay Phật chỉ mặt trăng" là lời nhắc nhở ta đừng chấp vào lời dạy, kinh điển, ngôn ngữ, đó chỉ là phương tiện. Hãy dùng nó để quán chiếu, tu hành và thể nhập chân lý. Chân lý phải tự thấy, như chính mắt thấy trăng, không thể vay mượn qua lời nói.*

*-9/ **Thập địa**(9): Bồ Tát Thập địa gần như đã viên mãn phước trí, chuẩn bị thành Phật bao gồm sơ địa: Chứng Thánh, hoan hỷ lớn, không còn thối chuyển. Giữa địa: Tăng trí, tăng lực, độ sinh rộng khắp. Bát địa trở lên: Gần như Phật, không còn công phu nỗ lực, gọi là vô công dụng hạnh. Thập địa: Pháp thân hiện tiền, pháp giới*

*bình đẳng. Đẳng giác, Diệu giác là thành Phật viên mãn.*

-10/ ***Chánh niệm, vọng niệm***(10)*: Chánh niệm là sự tỉnh thức, chú tâm rõ ràng vào hiện tại, không phóng tâm, không quên mất mình đang làm gì, đang nghĩ gì. Đây là tâm niệm chân chánh, không mê lầm. Vọng niệm: là những ý nghĩ tán loạn, không làm chủ được, là tâm chạy theo trần cảnh, sinh mê lầm, khổ đau.*

-11/ ***Nhị thừa***(11)*: Nhị thừa là hai quả vị Thanh Văn và Duyên Giác, đại diện cho Tiểu thừa, cầu giải thoát cho chính mình. Tuy thoát sinh tử, nhưng chưa đạt trí tuệ viên mãn. Người học Phật cần tôn trọng Nhị thừa, nhưng hướng đến Đại thừa Bồ Tát đạo, phát tâm rộng lớn, độ mình độ người, thành Phật viên mãn.*

-12/ ***Bồ Tát sơ địa***(12)*: Sơ địa là bước đầu tiên chứng Thánh quả Bồ Tát, tức là đã phá được phần vô minh, chứng được chân như, đạt Vô sinh pháp nhẫn. Bắt đầu từ Sơ địa, Bồ Tát không còn thối chuyển, được gọi là Bất thối Bồ*

*Tát. Sơ địa là bước chuyển từ phàm sang Thánh, một thành tựu lớn.*

-13/ ***Tái lai hồng trần***(13). *Chỉ các vị Bồ Tát hoặc người tu hành đắc đạo, đã có thể không tái sinh, nhưng vì lòng từ bi, hạnh nguyện độ sinh, nên tái lai hồng trần, thị hiện ở cõi đời để giáo hóa, cứu giúp chúng sinh.*

-14/ **Nhất thừa**(14)*: Nhất Thừa là con đường duy nhất dẫn đến giác ngộ hoàn toàn, thành Phật viên mãn. Mặc dù có nhiều phương tiện tu hành, cuối cùng tất cả đều hướng đến một đích là Phật quả. Đây là tinh thần hòa hợp và siêu việt trong Phật giáo Đại thừa, nhấn mạnh sự thống nhất của con đường giác ngộ.*

*-15/* ***Sở tri***(15)*: Sở tri là đối tượng mà tâm thức nhận biết, tiếp xúc. Trong tu hành, hiểu rõ sở tri giúp hành giả không chấp trước đối tượng mà giữ được chánh niệm và trí tuệ sáng suốt.*

-16/ ***Viên giác là tánh***(16)*: nghĩa là bản chất giác ngộ viên mãn là thể tính sẵn có nơi mỗi chúng sinh, là Phật tánh bất sinh bất diệt. Tu* *hành chính là quá trình nhận thức và thể hiện tánh giác ngộ viên mãn ấy trong đời sống.*

## Phẩm Kinh Thơ Viên Giác Số 7
## Chương Uy Đức Tự Tại

Uy Đức Tự Tại(1) vái chào
Lạy vòng chân Phật tâm trào thiết tha
Ba lần nhiễu kính Phật Đà,
Chắp tay quỳ xuống, âm ba(2) nguyện cầu:
"Thế Tôn từ mẫn nhiệm mầu,
Nói về Viên Giác, cao sâu chan hòa.
Chúng con nghe tỏ lòng ra,
Pháp âm viên nghĩa, thật là diệu thay.
Ví như thành lớn xưa nay,
Bốn phương cửa rộng, duyên may dễ tầm.
Tùy cơ tu tiến âm thầm,
Không riêng một lối, chẳng nhầm thiệu long(3).

Bồ Tát lặng lẽ trong lòng,
Tô bồi trí tuệ thong dong vạn bề.

Phương tiện muôn nẻo sơn khê,
Xin Thế Tôn dạy đường về chơn tâm.
Cúi mong khai thị(4) pháp âm,
Biển sâu vô lượng đặng tầm phương ra.
Lạy rồi, thân đảnh lễ ba,
Năm phần chạm đất, thiết tha kính thành.
a phen thỉnh Phật ban hành,
Rồi thêm tam bái hồng danh nhất thừa.
Thế Tôn pháp nhũ như mưa,
Khen rằng câu hỏi thật vừa thời gian.
"Lành thay thiện tử hỏi han,
Vì người hậu học mở đàng bước lên.
Nghe đây, ta dạy chớ quên,
Viên Giác tối thượng, đạo nền tỏ phân.
Tuệ tri vốn thật đồng thân,
Cùng tam thế Phật(5) mười phần một tâm.
Tánh không chẳng khác, chẳng lầm,
Một nguồn thanh tịnh, diệu âm sáng ngời.
Phương tiện tùy ứng khắp nơi,
Khế cơ căn hợp, mở lời ba môn:
Một là tĩnh lặng tâm hồn,
Hai là đại động truyền ngôn khắp trần.

Ba là thuần tịnh chơn thân,
Trong dòng bụi bặm vẫn ngần sáng trong.
Người tu Viên Giác chẳng mong,
Không theo vọng tưởng, mà lòng giác chân.
Tâm kia phiền não muôn phần,
Nhờ tu quán tịnh hóa dần mà tan.
Bụi trần thân ý lụi tàn,
Ví như mặt nước bình an sáng ngời.
Tâm trong gương sáng muôn nơi,
Chiếu mười cõi Phật, kiếp đời hiện ra.
Chính đây phương tiện gọi là
Xa-ma-tha(6) pháp làm đà căn thân.
Cũng người trí tuệ sáng ngần,
Biết tâm cảnh giới vốn phần huyễn hư.
Dụng huyễn hóa độ muôn người,
Rạng soi cảnh giới ái từ trần lao.
Huyễn không, chẳng thật nhưng sao,
Dùng phương tiện ấy bước vào đạo tâm.
Quán không là huyễn giữa trần,
Biết không là huyễn, sáng ngần chơn như.
u như đất dưỡng cành tươi,
Mầm xanh sinh trưởng nhờ bư đất mềm.

Pháp hành được gọi tên thêm,
Tam-ma-bát-đế[7] đặng kèm độ sinh.
Lại người tâm ý quang minh,
Biết rằng tướng tịnh cũng sinh chướng trần.
Không theo vọng tưởng nhị phân(8),
Cũng không chấp tướng thanh tân cõi ngoài.
Thấu qua chướng ngại mặn, chay,
Tâm như chuông đánh hiển bày hư không.
Niết bàn, phiền não chẳng đồng,
Tánh kia tự tại, mây hồng nhẹ tênh.
Tuy thân tứ đại tạo nên,
Như âm vang động bồng bềnh trời xanh.
Người người chẳng thấy tướng sanh,
Tịch diệt cũng rụng như cành khô hoa.
Phương tiện này chính Thiền na[9],
Tĩnh lự[10] thuần tịnh, hóa ra vẫn bền.
Ba phương tiện ấy kết nên,
Tùy duyên ứng hóa ở bên đạo tràng.
Chư Phật mười cõi vẻ vang,
Nhờ ba cửa ấy bước sang đạo vàng.
Phật ngôn phương tiện rõ ràng,
Từ ba lối ấy mở đàng chân kinh.

Ai tu thành tựu viên minh,
Tức là Viên Giác phát sinh chân truyền.
Dẫu cho dạy khắp bốn miền,
La Hán[11], Duyên Giác[12] , Thánh hiền thành công.
Chẳng bằng người được nghe thông,
Ba môn vô ngại tâm không khởi hành.
Tuy trong chớp mắt mong manh,
Mà vào Viên Giác nguyện sanh cứu đời.
Thế Tôn thuyết pháp bằng lời,
Tụng lên kệ cú sáng ngời thâm sâu:
"Uy Đức nên biết nhiệm mầu,
Viên Giác tối thượng gồm thâu một nguồn.
Tánh kia tịch tịnh thường luôn
Ba phương tiện vẫn một xuồng về chân.
Một là tĩnh lặng thâm ân,
Như gương chiếu ảnh, sáng ngần chẳng sai.
Hai là động khắp hình hài,
Như đồng bằng lớn, cây dài tốt tươi.
Ba là thuần tịnh tâm từ,
Như chuông vọng mãi hữu dư Niết bàn[13].

Ba phương tiện ấy phóng quang,
Là thuyền chánh pháp chẳng còn bờ mê.
Mười phương chư Phật Bồ đề,
Cũng từ ba cửa vượt bề tử sinh.
Ai tu chứng pháp quang minh,
Niết-bàn thị hiện, đăng trình vô dư[14].
Viên Giác mở lối tâm người,
Pháp môn vô lượng, sáng tươi trao truyền.
Ba phương tiện ấy tự nhiên,
Độ sinh khắp chốn, nhiệm huyền pháp thân.
Từ đây đại chúng an phần,
Khai tâm viên ngộ, bước gần chơn như.
Pháp môn tinh tấn diệu từ,
Như ngọc soi sáng, an cư muôn loài.
Dù cho tĩnh lặng phong ba,
Hay trong động hóa, lòng đà từ bi.
Biển sâu vô lượng chuyển di,
Làm thuyền phương tiện tư nghì độ sanh.
Từ bi, trí tuệ trong lành,
Niết bàn hiện giữa hóa thành[15] hư không.
Dẫu là muôn lối chẳng đồng,
Vẫn về nhất hướng chơn thông nhiệm mầu.

Chư Phật hội tụ đạo sâu,
Ba phương tiện ấy dẫn đầu độ sanh.
Ai mà thấu đạt chân thành,
Mới hay "bất nhị" rạng danh diệu kỳ.
Chúng sanh vạn loại chung quy,
Tu theo Bồ Tát tư nghì giác tâm.
Phương tiện rộng mở thâm trầm,
Cũng là viên giác, phá mầm vô minh."
Uy Đức Tự Tại gieo mình,
Năm vóc sát đất chí tình thọ ân.
Nam Mô Viên Giác Diệu Trí Như Lai Ứng Cúng Chánh Đẳng Chánh Giác Bồ Tát Ma Ha Tát.

**Chú Thích:**

-1/ ***Uy Đức Tự Tại***[1] *: là hình ảnh biểu trưng cho một vị Bồ Tát đã hoàn toàn viên mãn uy đức, tức sức mạnh và đức hạnh của bậc giác ngộ, nên sống trong trạng thái tự tại không bị ràng buộc bởi bất cứ điều gì. Ngài là sự kết hợp của uy quyền và đức hạnh. Uy thể hiện sức mạnh thần thông, quyền năng của Bồ Tát trong việc* *giáo hóa chúng sinh, trừ bỏ phiền não, cứu độ thế gian. Đức là phẩm chất đạo đức thanh tịnh, từ bi, trí tuệ thấu suốt của Bồ Tát.*

-2/ ***Âm ba****(2): là lời thành thật, chân thành của Uy Đức Tự Tại Bồ tát cầu xin Đức Phật thuyết pháp, giảng kinh. Một lời thỉnh cầu khẩn thiết, mở đầu cho việc nghe pháp, biểu thị sự khiêm tốn, tôn kính và nguyện tâm hướng đến việc học hỏi giáo lý để giải thoát.*

-3/ ***Thiệu long***(3)*: là một từ dùng để chỉ dòng giống thánh thiện, cao quý, kế thừa quyền uy và sự linh thiêng như rồng, thường dùng để chỉ bậc thánh nhân có dòng dõi thiêng liêng, uy quyền. Sách kinh có câu "Thiệu Long Thánh Chủng" có thể dùng để chỉ những người hoặc dòng tộc được xem là nối tiếp sự nghiệp lớn lao, có phước đức, có uy đức như rồng, hoặc có tánh linh thánh.*

-4/ ***Khai thị***(4)*: không phải chỉ là giảng dạy thông thường, mà là lời nói từ tâm giác ngộ, nhằm khơi dậy trí tuệ trong người nghe, dẫn họ* *đến giác ngộ chân lý tối hậu, thấy rõ tự tánh thanh tịnh của chính mình.*

*-5/ Tam thế Phật[(5)]: là cách gọi ba vị Phật tiêu biểu tượng trưng cho ba thời: quá khứ, hiện tại và vị lai. Đây là hình ảnh quen thuộc trong Phật giáo Đại thừa, thường thấy trong chùa, Ngoài cách nói trên, Tam Thế Phật đôi khi cũng chỉ: Phật A Di Đà (Tây phương), Phật Thích Ca (Trung phương), Phật Dược Sư (Đông phương). Ba vị này gọi là Tam Thế Tam Phương Phật, đại diện cho Tây, Trung, Đông trong không gian.*

*-6/ **Xa-ma-tha**[(6)] Nghĩa là "Chỉ", tức là dừng lại, làm yên tĩnh, hay an trụ tâm, phương pháp làm cho tâm an định, không tán loạn, không bị vọng tưởng dao động. Mục đích là định tâm, đưa tâm trở về một chỗ, là nền tảng cho thiền định sâu xa, như sơ thiền, nhị thiền... trong Tứ thiền. Ví dụ ta ngồi thiền, an trú hơi thở, không chạy theo ý niệm – đó là tu Xa-ma-tha.*

*-7/ **Tam-ma-bát-đề**[(7)]: là đắc định, nghĩa là thành tựu chánh định, là "Đẳng trì" hoặc "Định thành tựu". Mục đích là kết quả sâu xa*

*của tu Xa-ma-tha, khi tâm đã hoàn toàn an định, nhập vào cảnh giới thiền định thâm sâu, thành tựu thiền định cao cấp, thấy rõ chân lý, hết khổ đau, đạt trí tuệ*

-8/ ***Nhị phân****(8) : nhị phân là cách gọi chung cho những cặp đối đãi, hai mặt, hai cực của nhận thức và thế giới hiện tượng. Nó còn gọi là nhị nguyên hay nhị biên tức là cái thấy phân chia, chấp hai cực đoan, là cách nhìn thế giới theo hai chiều đối lập, ví dụ: Có hay Không, Sinh hay Diệt, Tốt hay Xấu.*

-9/ ***Thiền na****(9): tu tập làm cho tâm tĩnh lặng, sáng suốt, vượt ngoài chấp ngã, nhập vào trí tuệ chân thật.*

-10/ ***Tĩnh lự****(10): trạng thái tâm yên tĩnh và suy xét sâu xa đúng chánh pháp, không loạn động, không vọng* tưởng.

-11/ ***La Hán****(11): bậc Thánh nhân tu hành thành tựu rốt ráo, diệt sạch phiền não, chứng ngộ Niết bàn, không còn tái sinh luân hồi.*

-12/ ***Duyên Giác****(12): Người giác ngộ do quán nhân duyên, đặc biệt là Thập Nhị Nhân*

*Duyên, còn gọi là Độc Giác Phật hay Bích Chi Phật, nghĩa là giác ngộ một mình, không thầy chỉ dạy, không giáo hóa rộng.*

-13/ ***Hữu dư Niết bàn***(13) *: trạng thái giải thoát của một vị Thánh nhân (La Hán, Duyên Giác) đã diệt trừ phiền não, không còn sinh tử luân hồi, nhưng thân xác ngũ uẩn vẫn còn tồn tại do nghiệp quá khứ.*

*-14/* ***Vô dư***(14 *: trạng thái Niết bàn sau khi Thánh nhân xả bỏ thân thể cuối cùng, nhập vào tịch diệt tuyệt đối, không còn một chút dư báo nào.*

-15/ ***Niết bàn hiện giữa hóa thành***(15)*: Lấy ý trong kinh Pháp Hoa phẩm Hóa Thành Dụ như sau: Có một đoàn người đi tìm báu vật quý giá (tượng trưng cho Niết bàn, Phật quả), phải vượt qua con đường dài, hiểm trở, đầy nguy hiểm (tượng trưng cho sinh tử luân hồi, phiền não). Đi được nửa đường, nhiều người mệt mỏi, sợ hãi, muốn bỏ cuộc. Người dẫn đường (tượng trưng Đức Phật) biết rõ còn xa mới tới nơi, nên vì lòng từ bi, biến hiện ra một "thành phố" tạm* *thời, bảo mọi người hãy vào nghỉ ngơi an ổn. Khi mọi người đã yên tâm, phục hồi sức lực, ông mới "giải thích rõ sự thật" rằng đó chỉ là hóa thành, không phải bảo sở thật sự. Rồi dẫn họ đi tiếp đến báu thành thật, tức cứu cánh Phật quả, là Niết bàn hiện ở hóa thành.*

## **Phẩm Kinh Thơ Viên Giác Số 8**

### *Chương Biện Âm*

Biện Âm[1] Bồ Tát xuất thần
Cúi đầu đảnh lễ thật gần Thế Tôn.
Được nghe vi diệu pháp môn,
Bèn quỳ dâng cả tâm hồn thiết tha:
"Bạch Thế Tôn, đấng từ hòa,
Phương tiện chỉ dạy thật là hiếm thay.
Nay con xin hỏi điều này,
Tu vào viên giác giải bày mấy phương?
Xin cho đại chúng tỏ tường,
Khiến người đời cuối khỏi đường si mê.
Ngưỡng mong đức Phật chẳng nề,
Thương tình chỉ dạy lời thề độ sanh."
Ba lần lễ Phật chí thành,
Biện Âm Bồ Tát tịnh thanh tâm lành.

Phật khen thiện tử tinh anh:
"Tốt thay, ta sẽ tỏ rành pháp tu.
Ông vì đại chúng công phu,
Cho người sau nhập phạm trù viên dung.
Lắng nghe lời đấng đại hùng,
Ba phần phương tiện tương phùng tu tâm.
Viên giác vốn chẳng âm thầm,
Không ai tu cũng chẳng tầm người tu.
Bồ tát trí huệ Văn Thù,
Phát tâm hành đạo công phu viên thành.
Ba mặt tuệ giác hiện sanh,
Bánh xe thiền quán chuyển nhanh rạng ngời:
Một là cực tĩnh(2) sáng đời,
Dứt trừ phiền não, vào nơi Niết-bàn.
Chẳng hề di động thân an,
Cực tĩnh riêng biệt, đạo vàng nhập sâu.
Hai là cực động(3) nhiệm mầu,
Thân tâm ứng hiện năm châu đạo tròn.
Quán như huyễn mộng chẳng còn,
Làm nhiều việc thiện, chẳng mòn chánh tri.
Ba là thuần cực(4) uy nghi,
Chẳng theo biểu hiện, đoạn kỳ phiền tâm.

Chứng chân thực tướng âm thầm,
Dứt luôn huyễn mộng, vượt tầm đảo điên.
Bốn là cực tĩnh đầu tiên,
Sau dùng huệ giác chiếu liền huyễn thân.
Theo hạnh Bồ tát viên chân,
Tĩnh rồi động chuyển cũng gần đạo thiêng.
Năm là tĩnh sáng tâm riêng,
Sau ngộ bản thể, đoạn phiền não ngay.
Sáu là trước tĩnh hằng ngày,
Giữa động giáo hóa, sau bày thuần tâm.
Bảy là phá chướng mê lầm,
Nguyên thuần thanh tịnh, hết tầm động duyên.
Tám là giữ tĩnh đầu tiên,
Sau cùng tu cả động, yên thuần dần.
Chín là động chuyển hiện thân,
Hậu tu thuần tĩnh đoạn phần si mê.
Mười tu đồng tĩnh Bồ đề
Chơn thuần mầu nhiệm chẳng hề động sinh.
Mười một động trước chuyển hình,
Sau rồi giữ tĩnh, chân tình vững yên.
Mười hai động hóa khắp miền,
Tiếp theo đoạn diệt não phiền sạch trơn.

Mười ba làm Phật sự hơn,
Giữa phần cực tĩnh, sinh nhơn Niết bàn.
Mười bốn hóa độ gian nan,
Kế đến đoạn chướng, tĩnh tan giữa đời.
Mười lăm phương tiện khắp nơi,
Kết thuần trong tĩnh không rời viên minh.
Mười sáu động tĩnh hiện sinh,
Sau đoạn phiền não chứng minh đạo mầu.
Mười bảy động, thuần thâm sâu,
Cuối cùng tĩnh lặng như bầu trời khuya.
Mười tám thuần tu trước kia,
Tiếp tu cực tĩnh ý lìa ấm thân.
Mười chín thuần hậu bước chân,
Sau rồi động chuyển độ dần thế gian.
Hai mươi thuần tịnh sẵn sàng,
Giữa tu cực tĩnh, sau sang động hành.
Hai mốt thuần trước chân thành,
Giữa phần động chuyển, sau dành tĩnh yên.
Hăm hai thuần tịnh trước tiên,
Sau cùng tu tĩnh, động duyên đồng hành.
Hai ba thuần với tĩnh sanh,
Sau tu động để hóa thành độ sinh.

Hai bốn thuần động chơn minh,
Cuối cùng tĩnh sáng tâm linh đạo thiền.
Hai lăm ba cách vẹn truyền,
Tĩnh, động thuần hợp chẳng nghiêng nửa phần.
Biện Âm thiện tử chuyên cần,
Nghe xong phương tiện tinh thần viên quang.
Phật dạy diệu dụng đạo vàng,
Trước nên giữ giới, lòng an vững bền.
Sám hối(5) tha thiết phải nên,
Bảy ngày ba lượt chẳng quên chí thành.
Chọn trong mấy chục pháp hành,
Cầu xin chỉ định, lắng thanh tu trì.
Tuyệt không tâm ý khởi nghi,
Nếu sanh vọng tưởng tức thì chẳng nên.
Phật liền nói kệ khó quên,
Tóm thu ý nghĩa lên trên pháp thiền:
"Thiện nam rõ đạo uyên nguyên(6),
Tuệ giác thanh tịnh do duyên kiến thành:
Bởi nơi thiền quán tinh anh,
Ba phần phương tiện hiển sanh viên tròn.
Cực tĩnh là gốc không mòn,
Cực động khắp nẻo độ còn khổ mê.

Cực thuần lìa mọi não nề,
Mỗi người tu tập tùy bề căn duyên.
Tu liền hay chậm đều yên,
Tổng thành ba mốt pháp thiền dễ nương.
Chư Phật khắp cõi mười phương,
Vị lai, quá khứ, hiện đường chứng thông.
Không ai rời bỏ pháp đồng,
Mà chứng viên giác, vượt hồng trần lao.
Trừ người ngộ nhập thâm cao,
Hoặc người chẳng biết lối vào Phật duyên.
Còn bao Bồ Tát thiện hiền,
Người sau nếu biết giữ truyền phương tu.
Chuyên cần học hạnh Văn Thù,
Phật lực gia hộ công phu Niết bàn."
Thiền quán sâu thẳm viên quang,
Ba phần phương tiện đạo tràng viên dung.
Người tu nếu nguyện tận cùng,
Tâm không nghi ngại, chẳng dùng vọng tâm.
Tĩnh, động, thuần, một đường thâm,
Dẫu theo cách khác, cũng tầm minh chơn.
Viên giác chẳng khác ai hơn,
Tánh linh vốn sẵn chẳng sờn đạo tâm.

Kinh này Phật dạy âm thầm,
Cho kẻ sau khó vượt lầm chứng chân.
Người nghe giữ vững lòng nhân,
Quán theo pháp tánh, xa dần đảo điên.
Tâm không phân biệt mới yên,
Biết mình là Phật, chẳng riêng ai cầu.
Tuy ba phương pháp thâm sâu,
Mà đều dẫn đến nhiệm mầu viên quang.
Hãy gìn giữ, chớ lỡ làng,
Lời Phật như ánh trăng vàng rọi soi.
Người tu đời mạt(7) ráng noi,
Y pháp gương sáng hẳn hòi đạo tâm.

Nam Mô Viên Giác Diệu Trí Như Lai Ứng Cúng Chánh Đẳng Chánh Giác Bồ Tát Ma Ha Tát.

**Chú Thích:**

*-1/ **Biện Âm**(1): là Biện Âm Bồ Tát, một vị Bồ Tát tượng trưng cho trí tuệ biện tài vô ngại, nghĩa là khả năng nói pháp lưu loát, rõ ràng, đầy đủ, không bị chướng ngại, khiến người nghe*

*dễ dàng khai ngộ và thấu hiểu chân lý. Danh hiệu của Ngài gắn liền với năng lực "biện tài âm thanh", âm thanh của trí tuệ, âm thanh của chánh pháp, giúp phá tan mê vọng và dẫn người về giác ngộ.*

*Biện Âm Bồ Tát thay mặt chúng hội phát khởi nghi vấn thâm sâu và thiết tha cầu xin Đức Phật giảng giải về phương pháp tu hành của Bồ Tát sau khi đã chứng ngộ tánh Viên Giác, tức là sau khi đã nhập được vào tánh giác viên mãn, thì nên tu như thế nào để không rơi vào tà kiến hay chấp trước về sự chứng ngộ đó. Đức thế tôn đã chỉ 25 pháp tu.*

*-2/ **Một là cực tĩnh**(2) Là phương pháp tu hành chuyên về tĩnh lặng, tức là xa lìa vọng tưởng, dừng tâm lặng lẽ, chuyên tâm thiền định, giữ tâm bất động như hư không, không khởi vọng niệm, không theo âm thanh hay cảnh giới. Phương pháp này hợp với người căn cơ ưa thiền định, trầm tĩnh, muốn nhiếp tâm về một cảnh giới tịch lặng, tu để diệt vọng, chứng chân. Người tu theo cực tĩnh, giống như người ở nơi*

*rừng sâu núi vắng, giữ thân tâm vắng lặng, không ưa tụ hội, không vướng âm thanh trần cảnh, tu tập quán chiếu tánh không, vô tướng, an trụ trong tánh Viên Giác thường tịnh.*

*-3/ **Hai là cực động**[3] Là phương pháp tu hành giữa đời sống động, tức là hành giả sau khi chứng ngộ tánh Viên Giác, tùy duyên hóa độ chúng sinh, đi vào sáu nẻo, chín cõi mà không bị nhiễm, dùng mọi âm thanh, hình sắc để giáo hóa. Tuy "động" nhưng tâm không động, gọi là "hành tĩnh trong động". Người tu theo cực động thì khéo dùng ngôn ngữ, âm thanh, phương tiện đi vào các cảnh giới để lợi tha, như các vị Bồ Tát biện tài vô ngại, tuy ứng hiện muôn pháp nhưng không dính mắc, vì luôn an trụ nơi tánh Viên Giác thanh tịnh, không thật có động tịnh.*

*-4/ **Ba là thuần cực**[4] Là pháp tu thượng thừa, không nghiêng về động hay tĩnh, cũng không chấp "tịnh" là tịch diệt hay "động" là nhiễm ô, mà thấu suốt cả hai đều không thật, không có chỗ bám nắm. Người tu thuần cực sống với chân tánh viên mãn, không phân biệt năng*

*sở, không có người tu hay pháp để tu, tâm tự tại giữa động và tĩnh, hành mà vô hành, chứng mà vô chứng. Đây là pháp hành của Bồ Tát Đại Thừa cao cấp, thấy suốt tánh Viên Giác là vô tướng, vô chấp, tịch mà thường chiếu, chiếu mà thường tịch, không rơi vào tướng động hay tướng tĩnh. Đó là cảnh giới tùy duyên bất biến, bất biến tùy duyên. Các pháp tĩnh, động hay thuần đều là phương tiện thiện xảo để ứng hợp với các căn cơ khác nhau, nhưng đều dẫn về tánh Viên Giác, không động, không tĩnh, không phân biệt.*

*Người tu cần biết rõ động tịnh đều không thật, thì dù tịch hay chiếu, đều là tự tại, đó là con đường Bồ Tát viên mãn trí tuệ và từ bi.*

*-5/* ***Sám hối****(5): Trong phẩm này Như Ninh chọn chữ "Sám Hối"cho thuận vần với nghĩa thật trong kinh khi Phật giảng cho các hàng Bồ tát, đó là sám hối chân thật, một pháp tu rất sâu sắc và then chốt dành cho Bồ Tát tu hành sau khi đã chứng được tánh Viên Giác, nhưng vẫn còn "tập khí vô minh vi tế" chưa dứt sạch. Đây*

*không phải là sám hối thông thường, mà là sám hối tri kiến mê lầm, do chấp thật nơi thân tâm, cảnh giới, pháp môn mà sinh ra. Tại sao? vì tất cả chúng sinh vì vô minh bất giác, từ đó sinh ra vọng tưởng phân biệt, chấp ngã, chấp pháp, rồi tạo nghiệp luân hồi. Dù đã ngộ được tánh Viên Giác, nếu còn một niệm chấp vào ngộ, thì vẫn còn hư vọng. Do đó, sám hối nghĩa là nhìn thẳng vào gốc của vọng tưởng, không chạy theo pháp trần, không chấp trước "tu" hay "chứng", buông xả tâm năng sở, thấy tất cả vọng tưởng như huyễn, từ đó mà sám hối. Trong kinh dạy: "Nếu biết vọng tưởng là không, thì sám hối cũng không, chính đó là chân sám hối" bởi chân sám hối không phải cầu xin chư Phật ban ơn, cũng không phải hình thức lễ lạy khổ hạnh, mà là tự giác tỉnh: biết tâm mê lầm từ vô thủy là giả dối, từ đó đoạn trừ chấp ngã, chấp pháp. Nếu cầu sám hối nơi ngoài mà không biết tâm mình mê muội, thì sám hối cũng thành tội lỗi, cho nên Sám hối là sống với tánh Viên Giác vốn không tội phước, không nhiễm ô, không thiện ác, không tội phước. Sám hối chân thật là trở về sống với tự tánh Viên Giác, không khởi vọng tưởng, buông bỏ tất cả pháp chấp, từ đó nghiệp chướng tự tiêu tan.*

*-6/* ***Uyên nguyên***[(6)]*: nghĩa là gốc sâu xa, chân thật của lời Phật dạy, vượt qua văn tự và hình thức, giúp người học trở về với chân lý giải thoát, không rơi vào chấp pháp, chấp ngã. Chúng ta muốn hành trì đúng chánh pháp thì cần thâm nhập uyên nguyên nghĩa, thấy suốt tánh Không, vô ngã, đó mới là tối thượng trí tuệ.*

*-7/* ***Đời mạt***[(7)]*: là chỉ thời kỳ cuối cùng trong ba thời kỳ tồn tại của Phật pháp sau khi đức Phật nhập diệt. Đây là thời kỳ mà chánh pháp suy yếu, hình thức còn nhưng thực chất không còn, chúng sinh khó tu hành chân chánh, tà pháp lấn át, lòng người mê lầm, nhiều tội nghiệp. Ba thời kỳ gồm thứ nhất là Chánh Pháp thời kỳ gồm 500 năm đầu sau Phật diệt độ thì Pháp còn hưng thịnh, Tăng Ni tu hành đúng pháp, người chứng quả Thánh còn nhiều. Thứ hai là Tượng Pháp thời gồm 1000 năm tiếp theo*

*thì giáo pháp giống như thật, nhưng chủ yếu nghiêng về hình thức như chùa chiền, tượng Phật, nghi lễ. Người tu ít chứng đạo, nhưng vẫn còn giữ giới luật, tu hành và nhất là nặng về phước đức, hình tướng tu hành. Thứ ba là mạt pháp sau 1500 năm trở đi thì chánh pháp suy tàn, chỉ còn hình tướng, danh nghĩa, người tu không đúng pháp, hiếm có người chứng ngộ, Tăng tục đều tham danh lợi, tà kiến, mê tín, tạp loạn, tội ác tăng nhiều, tu khó thành, loạn pháp, loạn tâm.*

## Phẩm Kinh Thơ Viên Giác Số 9

*Chương Tịnh Chư Nghiệp Chướng*

Tịnh chư nghiệp chướng[1] nghĩ thầm,
Thế tôn giảng giải diệu âm tuyệt vời.
Biển trần ngụp lặng chơi vơi,
Nếu không gặp Phật bao đời trầm luân.
Lòng thành kính lễ vui mừng,
Thưa rằng: lời dạy chấn hưng tinh thần.
"Giọng ngài như tiếng chuông ngân,
Phá tan phiền não, bụi trần sạch trơn.
Pháp Ngài diệu dụng viên chơn
Những điều vượt khỏi thiên nhơn suy lường.
Trải qua vạn kiếp bi thương
Hằng sa luân chuyển[2] tâm thường tu nhân.
Nương theo pháp "tứ chánh cần"[3]
Ngài luôn đền đáp bốn ân[4] Bồ đề
Thoát vòng sanh tử si mê,

Nay con thấu khắp mọi bề vừa qua.
Vốn nơi Viên Giác sáng lòa,
Sao chúng sanh vẫn mãi sa luân hồi?
Hữu tình biển khổ nổi trôi,
Có gì mà chẳng cùng ngồi đài sen?"
Phật nhìn từ tốn nói rằng:
"Này thiện nam tử ta bèn giảng ngay.
Chúng sinh từ thuở lâu ngày,
Chấp ngã(5) chấp tướng(6), lại quay luân hồi.
Bốn tướng(7) là gốc sinh sôi
Của bao vọng tưởng, nghiệp trồi dắt đưa.
Ngã, ta tưởng thật như xưa,
Nhân, là hiểu biết chưa vừa viên tâm.
Chúng sinh, thấy khác xa tầm,
Thọ giả là giác còn lầm chưa thôi.
Bốn tướng ấy dẫn đường rồi,
Ưa ghét tạo nghiệp, nổi trôi chẳng ngừng.
Tu mà chẳng bỏ thích, ưng,
Bốn tướng chấp ngã, còn mừng ngọt chua,
Còn mong được mất, hơn thua,
Còn thấy sinh tử, trò đùa nhơn thiên.

Đó là bệnh, chẳng phải thiền,
Giữ ngã mà nói pháp hiền khó thông.
Chúng sinh mê vọng, lông bông,
Chưa dứt nghiệp cũ, sao đồng chính danh?
Ví như nước đá tan nhanh,
Còn chút giữ lại, chẳng đành trọn tan.
Dù giác ngộ thấy Niết bàn,
Mà còn tự ngã, cũng mang lầm người.
Có kẻ chưa chứng đã cười,
Tự cho đã đắc, đạo từ cao xa.
Ai khen thì vội hoan ca,
Ai chê thì giận, ấy là còn mê.
Ngã kia núp chốn Bồ đề,
Ẩn nơi tạng thức, khó bề diệt tan.
Tu hành chưa thấy an nhàn,
Cũng chỉ tạo nghiệp, khó đàng ngộ ra.
Chẳng nên học biết để mà,
Làm tăng bản ngã, gọi là tu đâu!
Càng biết lại càng thêm sâu
Thói quen chấp ngã, khổ sầu tương lai.
Chớ mong giác ngộ bằng tai,
Phải siêng trừ sạch hình hài vô minh.

Tham lam, sân hận phát sinh,
Tật đố, kiêu mạn(8) tự mình làm vua.
Tâm không phân biệt hơn thua,
Mới mong lần bước về chùa tịnh tâm.
Gặp thầy bạn tốt kiếm tầm,
Không vì thiên kiến mà lầm đường đi.
Chẳng cầu sinh tử biệt ly,
Không mong giải thoát cho y riêng mình.
Cả hai đều vọng tâm sinh,
Ngã kia chưa dứt, vô minh vẫn còn.
Nếu thấy pháp ấy là con,
Giữ pháp như ngã, gian nan muôn phần.
Biết rằng ngã chẳng hề chân,
Thì đâu có kẻ khiến thân giận hờn?
Không ai chê được cái chơn,
Ngã tham chấp ấy như đờn đứt giây
Nên ai muốn dứt mê nầy,
Phải quán bốn tướng, thật đầy với nhau.
Không phải chối bỏ khổ đau,
Mà là thấy rõ trước sau sinh trần.
Không phải dập tắt lòng chân,
Mà là soi thấu vọng phần trong tâm.

Pháp Phật vốn chỗ cao thâm,
Thấy được vọng tưởng đang lầm là chơn.
Không mừng vì biết nhiều hơn,
Không lo vì mất, chẳng sờn khen chê.
Viên giác chẳng ngại ai về,
Chỉ vì mê vọng chưa hề lặng yên.
Tu là bỏ chấp thường nhiên,
Không phải gom góp pháp hiền thành tôi.
Giác không phải chuyện xa xôi,
Là tâm thanh tịnh, tinh khôi chân tình.
Không ghét luân chuyển tử sinh,
Niết Bàn chẳng phải riêng mình cầu an.
Khi tâm dứt hết mê man,
Tức thời viên giác huy hoàng sáng soi.
Thấy người chứng đắc rạch ròi,
Không ganh, hoan hỷ, mà noi gương lành.
Còn ai cố chứng lấy danh,
Thì ngã còn đó, chưa thành đạo đâu.
Muốn vào giác tánh nhiệm mầu,
Thì lòng thanh tịnh, tâm sâu tịch thiền.
Tìm thầy bạn tốt thiện duyên,
Không bị tà kiến dắt liền lệch sai.

Không vì lời ngọt bùi tai,
Cũng không khinh kẻ bất tài tâm si.
Người thời mạt pháp ấy khi
Biết trừ bốn tướng, tức thì viên thông.
Phật dạy yếu chỉ chân không,
Tu mà giữ ngã, chất chồng vô tri.
Bốn tướng vốn gốc tâm si
Không trừ, đạo quả chẳng khi hiện thành.
Người tu biết sống tinh anh,
Dần đạt viên giác phát sanh sáng ngời.
Đức Thế Tôn dạy những lời:
"Tịnh chư nghiệp chướng, nhớ thời khắc ghi.
Muốn về đất giác uy nghi,
Phải quét sạch hết những gì chấp thân(9).
Khi tâm chẳng hướng riêng phần,
Niết Bàn, sinh tử như chân, một đường.
Ai buông bỏ hết vô thường,
Sẽ chứng đạo quả miên trường viên quang."
Muốn về bờ giác an nhàn,
Phải trừ bốn tướng, dẫn đàng não mê.
Ngã, nhân, thọ, chúng sinh về,
Đều là vọng tưởng, liền kề vô minh.

Còn yêu, còn ghét, còn sinh,
Còn mong giải thoát riêng mình để tu,
Là còn ngã chấp mịt mù,
Dẫu tu muôn kiếp, chẳng thu kết gì.
Người thời mạt pháp tu trì,
Mà không phá ngã, khác gì giả danh[10].
Thấy ai hơn, muốn tranh giành,
Chứng chưa đạt tới đạo hành chân tâm.
Tu là dứt sạch mê lầm,
Không khen chê, chẳng thăng trầm hơn thua.
Chớ nên vay mượn, a dua,
Rồi cho là thật vẻ bùa để tu.
Phải chân thành, ráng công phu,
Phải soi tự tánh phạm trù vọng tâm.
Không mong pháp lực cao thâm,
Chỉ cần rửa sạch lỗi lầm bên trong.
Dứt tham, dứt chấp cõi lòng,
Không vì thiên kiến[11] mà mong hơn người.
Duyên lành gặp được minh sư
Chớ đem ưa ghét mà trừ chánh chân.
Khi tâm không động xoay vần,
Niết bàn, sinh tử một chân lý đồng.

Ngộ ra, thấy đạo mênh mông,
Không còn vướng bận đèo bồng bát phong[12].
Pháp Phật vốn chẳng ở trong,
Chẳng ngoài tâm tịnh, chẳng mong điều gì.
Tự tâm lặng lẽ uy nghi,
Là nơi viên giác từng kỳ sát na[13].
Thế nên tinh tấn thật thà,
Không cầu thành tựu, chỉ là lặng yên.
Dứt trừ tướng chấp thường xuyên,
Mới mong chứng đắc đạo hiền viên quang.

Nam Mô Viên Giác Diệu Trí Như Lai Ứng Cúng Chánh Đẳng Chánh Giác Bồ Tát Ma Ha Tát

**Chú Thích:**

*-1/* ***Tịnh chư nghiệp chướng**[1]: Tịnh Chư Nghiệp Chướng Bồ Tát là vị thưa thỉnh Phật, đại diện cho tâm nguyện diệt nghiệp, để chứng đạo. Ngài là biểu tượng cho người tu hành bắt đầu con đường Bồ Tát, phải tịnh hóa thân tâm, diệt*

*trừ nghiệp chướng, để vào Viên Giác, trí tuệ rốt ráo, vô nhiễm.*

*-2/ **Hằng sa luân chuyển**(2): Hằng sa luân chuyển nghĩa là vô số kiếp trôi lăn trong sinh tử, không có ngày ra khỏi. Đó là nỗi khổ lớn nhất trong ba cõi, mà người tu phải tỉnh giác, tìm đường thoát ly luân hồi, chứng ngộ Niết Bàn, mới chấm dứt được.*

*-3/ **Tứ chánh cần**(3): Bốn điều siêng năng chân chánh cần thực hành trong tu tập. Gồm: -Ngăn ác chưa sinh, -Diệt ác đã sinh, -Sinh thiện chưa sinh, -Tăng trưởng thiện đã sinh.*

*-4/ **Bốn ân(4):** Bốn Ân là lời nhắc về tình người, đạo lý và lòng từ bi. Người học Phật không chỉ tìm giải thoát cho mình mà còn phải đền đáp bốn ân, sống trọn tình với đời, với người, với đạo. Đó chính là hạnh Bồ Tát gồm Ân tam bảo, Sư trưởng, cha mẹ và chúng sanh.*

*-5/ **Chấp ngã(5):** là một khái niệm trung tâm trong Phật giáo, chỉ sự chấp trước sai lầm rằng có một "cái tôi" thật sự tồn tại, bền vững, độc*

*lập và là chủ thể của mọi cảm thọ, hành động, suy nghĩ.*

*-6/* ***Chấp tướng***[6]*: chấp trước vào hình tướng bên ngoài của sự vật, hiện tượng, tức là thấy mọi pháp có thật tướng, có thật ngã, thật cảnh, thật sở hữu. Đây là một dạng vọng chấp, là căn nguyên của khổ đau và luân hồi.*

*-7/* ***Bốn tướng***[7]*: là bốn sự chấp ngã căn bản, là cái thấy sai lầm về bản thân, người khác và thế giới xung quanh, khiến chúng sinh trôi lăn trong luân hồi sinh tử gồm Ngã tướng, Nhân tướng, Chúng sinh tướng và Thọ giả tướng*

*-8/* ***Kiêu mạng***[8]*: Kiêu mạn là một trong những phiền não lớn, một thứ ngã chấp tinh tế, biểu hiện qua thái độ tự cao, coi thường người khác, không tôn kính đạo lý, và không biết hổ thẹn. Kiêu mạn là chướng ngại nghiêm trọng khiến người tu không thể tiến bộ, không thể thành tựu đạo quả. Có bảy loại là: Mạn, Quá mạn, Mạn quá mạn, Ngã mạn, Tăng thượng mạn, Ty mạn và Tà mạn.*

*-9/* ***Chấp thân***[9]*: chấp thân thể này là "ta", là "của ta", là tự ngã thật sự. Đây là mê lầm gốc rễ của phàm phu, dẫn đến tham sống sợ chết, tạo nghiệp giữ thân, rồi trôi lăn trong sinh tử luân hồi không dứt.*

*-10/* ***Giả danh***[10]***:*** *danh xưng giả tạo tức là tên gọi, khái niệm do con người đặt ra để chỉ một sự vật hoặc hiện tượng thực ra không có tự thể cố định, mà chỉ là sự tạm thời giả hợp từ nhiều duyên. Giả danh là tên gọi tạm bợ của thế gian, không phải thực thể chân thật. Người tu phải biết phân biệt giả danh và chân thật, tránh chấp ngã, chấp pháp. Hiểu rõ giả danh giúp phá mê khai ngộ, tiến đến giác ngộ viên mãn.*

*-11/* ***Thiên kiến***[11]*:là sự đánh giá, nhận định sai lệch hoặc phiến diện về một vấn đề, sự vật, con người, dựa trên cảm tính, thành kiến hoặc hiểu biết hạn chế mà không có cơ sở khách quan, hoặc trước khi có đủ thông tin chính xác.*

***-12/ Bát phong***[12]*: Bát Phong là những yếu tố bên ngoài dễ làm tâm con người dao động, mê hoặc. Người tu hành chân chính phải học cách* *vượt qua, không bị lay chuyển bởi Bát Phong, giữ tâm bình an, sáng suốt để tiến tới giác ngộ viên mãn. Thứ nhất là gió thịnh vượng, giàu có; Thứ hai là gió đình trệ, trạng thái bình thường, ổn định; Thứ ba là gió khổ đau, phiền não; Thứ tư là gió vui sướng, hạnh phúc; thứ năm là gió khen ngợi, lời ca tụng; Thứ sáu là gió chê bai, phê phán; Thứ bảy là gió tai tiếng, tiếng đàm tiếu, nhạo báng và tám là gió vu khống, bịa đặt, nói xấu.*

**-13/ Sát na**(13) : *dùng để chỉ khoảnh khắc rất ngắn của thời gian, tức là giây lát, tức thời, chớp mắt, hay đơn vị nhỏ nhất của thời gian mà tâm và pháp hiện hữu.*

## Phẩm Kinh Thơ Viên Giác Số 10
## Chương Phổ Giác

Phổ Giác[1] quỳ giữa đạo tràng
Cúi đầu đảnh lễ nghiêm trang Phật đà.
Quỳ thưa với dọng thiết tha,
Thỉnh cầu giảng rõ hằng hà nhơn duyên:
"Thế Tôn từ ái vô biên
Khai bày thiền bệnh[2] dịu hiền bao dung
Chúng con gặp Phật tao phùng[3],
Chưa từng có được vô cùng sáng mau.
Xin Ngài thương xót đời sau
Cách xa thời Phật, khổ đau ngập tràn
Hiền thánh thì ẩn dung nhan
Tà thuyết[4] nổi dậy lan tràn khắp nơi.
Dạy người sau ở giữa đời,
Tìm ai học đạo, theo lời pháp chi?

Làm sao đúng pháp tu trì?
Trừ thân bệnh ấy là gì rõ ra?
Phát tâm như thế nào là,
Đúng theo viên giác, vượt qua não phiền?"
Nói rồi lễ sát vai nghiêng,
Năm phần thân thể kiền thiềng[5] cúi xin.
Ba lần khởi thỉnh niềm tin,
Xong rồi đảnh lễ mắt nhìn Thế tôn.
Phật dạy Phổ Giác ôn tồn,
"Lành thay thiện tử vấn ngôn bao điều.
Tu hành chân chính sớm chiều
Khai tâm kẻ hậu, bao nhiêu pháp mầu.
Lời Phật nhả ngọc phun châu[6]
Giúp cho đời cuối còn đâu sai lầm.
Tuệ tri viên mãn phát tâm
Không còn mê chấp, phương châm đạo vàng."
Phổ Giác nghe, dạ bình an,
Hết thảy thính chúng đạo tràng tuệ sanh.
Phật rằng: "Thiện tử tu hành
Thời kỳ sau cuối, chính danh đạo mầu
Phải tìm thầy giỏi thâm sâu
Tâm không phàm tục, không cầu nhị nguyên[7].

Người tâm thanh tịnh như thiền
Bụi trần có hiện, phước điền trong veo.
Tội duyên nhưng đức chẳng nghèo
Luôn khen phạm hạnh, giữ theo luật thiền.
Không khiến người bỏ giới hiền
Minh sư chính thị, thầy hiền chớ quên
Gặp người như thế chí bền
Phụng thờ đến chết, chẳng nên biếng lười.
Hành, trụ, tọa, ngọa(8) sáng tươi
Giả như phạm lỗi chớ cười khinh ai.
Huống chi vật chất tiền tài
Chớ nên dòm ngó, tránh lai đáo(9) hoài.
Ai không tà niệm thầy hay
Thì thành tuệ giác sớm ngày tâm khai.
Ý như hoa nở ban mai
Chiếu soi vạn pháp chẳng ai ngăn ngừa.
Phải theo minh trí thầy xưa
Pháp rời bốn bệnh, tâm vừa sáng trưng.
Bệnh làm, hại kẻ chấn hưng,
Ngỏ hầu chứng ngộ, danh lừng bắc nam.
Nhưng viên giác chẳng do làm
Nói làm mà được là cam bệnh rồi.

Bệnh buông là thả đi thôi
Không cầu sinh tử, đứng ngồi mặc nhiên.
Buông mà giác chẳng hiện tiền
Nói buông là bệnh, lặng yên chẳng thành.
Bệnh ngưng là cố giữ lành
Chặn dòng ý niệm, lặng quanh pháp trần.
Tưởng rằng viên giác đến gần
Nhưng không phải vậy, ứng thân bất thành.
Bệnh dứt là đoạn hết hành
Thân tâm đều bỏ, cảnh quanh đứt liền.
Muốn cầu giác, vọng là điên
Chẳng do đoạn diệt mà liền chứng nên.
Pháp nào lìa bốn bệnh trên
Ấy là chánh đạo, thật nền sáng soi.
Xét pháp đúng phải xem coi
Lệch đi là đã mắc toi sai lầm.
Thời sau, ai muốn tu tâm
Phải thờ Thầy giỏi, giữ tầm chánh chân.
Gần thì kính trọng vô ngần
Xa thì giữ phận, ân cần câu thông[10].
Thuận nghịch chẳng động tâm không
Biết thân ý ấy chẳng đồng cái chi.

Chúng sinh, một thể uy nghi,
Không còn bỉ thử[11], khác gì thân ta.
Tu như thế mới vượt qua
Đạt nơi viên giác, thật là cảm thông.
Người sau tu học chưa đồng
Vì còn yêu ghét chất chồng khó tan
Từ vô thủy đã chứa chan
Ưa ghét người khác, đa đoan chẳng rời.
Nhìn thù tâm chẳng đầy vơi,
Như cha mẹ cũ, lòng thời bình an
Ưa ghét pháp, cũng nên tan
Tâm bình không động, nhẹ nhàng tiến tu.
Muốn cầu viên giác công phu
Phải phát đại nguyện chân tu rạng ngời:
"Chúng sinh vạn nẻo muôn nơi
Không gian tận chốn, lòng khơi nguyện thề
Nhập vào viên giác chẳng mê
Không chấp chứng ngộ, chẳng hề ngã nhân
Nguyện lìa mọi tướng hồng trần,
Không rơi tà kiến, bước chân chính đường."
Phật vì muôn loại nhiễu nhương,
Bèn dùng kệ ngọc chơn thường chỉ ra.

“Phổ Giác con hãy nhớ nha
Người sau học đạo phải là minh tri
Biết nhìn chân pháp đúng kỳ
Tâm không vọng động, tu trì thảnh thơi.
Pháp tu phải tránh xa vời
Bốn thứ bệnh ấy đừng rơi vào vùng
Bệnh làm, bệnh buông lạnh lùng
Bệnh ngưng, bệnh dứt không chung thích tầm.
Gặp minh sư, chớ khinh tâm
Gần không kiêu mạn, xa mầm đảo điên.
Thấy thầy, lòng quý vô biên
Như Phật hiện thế giữa miền nhân gian.
Giữ gìn giới hạnh vẹn toàn
Không làm trái luật, lòng an sạch hoài
Nguyện cho vạn hữu muôn loài
Cùng vào viên giác, vượt ngoài ngã nhân.
Theo tuệ giác chính tinh thần
Thì tà kiến mất, hiện thân Niết bàn.”
Hành, trụ, tọa, ngọa đoan trang,
Chánh pháp nhãn tạng(12) đạo vàng hiển sâu.
Tu hành chớ vội mong cầu
Phải soi chính pháp, gạn sầu tâm mê

Gặp minh sư, nguyện cận kề
Giữ lòng kính trọng chẳng hề đổi thay.
Thấy sai chớ vội chê ngay
Xét tâm cho tịnh, hiển bày chơn minh.
Tà kiến dẫu có phô hình
Tâm chân thật sẽ biến mình chánh tri.
Viên giác pháp chẳng nămn gì,
Chỉ có một dạ từ bi cứu  trần.
Không còn ngã tướng tham sân,
Nghiệp duyên dẫu có vô ngần bể dâu
Tâm hư không, đạo nhiệm mầu,
Tự mình giữ lấy minh châu tỏ tường.
Hành theo lời đấng pháp vương(13)
Đời đời kiếp kiếp vô thường đổi thay.
Tâm không vì thế chuyển hoài,
Tín tâm kiên cố(14) đến ngày viên quang.

Nam Mô Viên Giác Diệu Trí Như Lai Ứng Cúng Chánh Đẳng Chánh Giác Bồ Tát Ma Ha Tát

**Chú Thích:**

*-1/ **Phổ Giác**(1): có nghĩa là "giác ngộ rộng khắp", biểu trưng cho trí tuệ toàn diện và tánh giác phổ biến, vốn có trong tất cả chúng sinh. Phổ Giác hỏi Phật về:Làm sao chúng sanh trong thời mạt pháp, không có Phật ra đời, không có thiện tri thức hướng dẫn, vẫn có thể tu tập đúng chánh đạo, không bị lạc vào tà kiến? Câu hỏi này mang tính thực tiễn sâu sắc, vì nhắm vào tình trạng người tu trong thời không có Phật tại thế, bối cảnh rất giống thời đại hiện nay. Đức Phật dạy về mười phương tiện tu tập, nhấn mạnh vào việc nương tựa tự tánh, không chấp pháp, và dùng trí huệ Viên Giác để không rơi vào lưới tà kiến. Đức Phật cũng chỉ dạy làm sao nhận ra vọng tưởng, ngã chấp, và cách buông bỏ để trở về với tánh giác thanh tịnh.*

*-2/ **Thiền bệnh**(2): là những ngộ nhận, chấp trước hoặc lệch hướng phát sinh trong quá trình tu thiền, nhất là khi hiểu sai bản chất của tánh giác, chấp trước vào vọng tưởng hoặc rơi vào tà định. Đức Phật nêu ra một loạt mười hai loại*

*thiền bệnh vi tế, tiêu biểu gồm:1. Chấp vọng tưởng là chân tâm, lấy vọng làm thật, cho cảm thọ, tư tưởng, năng lực tâm linh... là tánh giác. 2.Chấp không là chân không, đắm vào trạng thái "trống rỗng", tưởng đó là giác ngộ. 3. Chấp vào tịch diệt, bỏ hết mọi phân biệt, nhưng rơi vào hôn trầm (tâm mờ mịt). 4. Rơi vào cảnh giới thiền định sinh diệt, chấp những hiện tượng kỳ lạ (ánh sáng, âm thanh, thần thông, v.v.) là chứng ngộ. 5. Tăng thượng mạn là chưa chứng mà cho là đã chứng, xem mình cao hơn người. Những "bệnh" này tuy khác nhau nhưng đều có một mẫu số chung: chấp vào vọng cảnh, tự mình tưởng đã giác ngộ, hoặc không phân biệt được vọng và chân, dẫn đến lạc vào tà kiến, có thể phát điên, tẩu hỏa nhập ma, hoặc rơi vào ma đạo. Đức Phật dạy cách trị "thiền bệnh" là phải có thiện tri thức hướng dẫn: Người tu cần được người đã ngộ đạo chỉ lối để khỏi lầm đường. Không chấp cảnh giới: Dù có thấy ánh sáng, cảm giác an lạc, tiếng nói, pháp âm... cũng không nên dính mắc. Biết vọng không theo, quay về tánh giác sáng suốt, đó là cốt lõi của Kinh Viên Giác. Trì giới nghiêm túc, phát tâm Bồ đề chân chánh, không cầu thần thông, kỳ dị.*

*-3/* ***Tao phùng***[(3)]*: Gặp gỡ một cách bất ngờ, có duyên, hoặc trong hoàn cảnh đặc biệt.*

*-4/* ***Tà thuyết***[(4)]*: Các quan điểm sai lạc về ngã, pháp, sinh tử, giải thoát như những tà kiến không tin nhân quả, không tin luân hồi, không tin Phật pháp. Những người chưa chứng đắc nhưng tự xưng là giác ngộ, truyền bá sai lầm, làm chúng sanh lạc đường. Biểu hiện của tà thuyết gồm: 1.4- chấp thường hoặc chấp đoạn (tin rằng linh hồn bất diệt vĩnh viễn, hoặc chết là hết). 2.4- Phủ nhận nhân quả: "Làm ác không sao, làm lành chẳng ích." 3.4- Lấy vọng làm chân: Tưởng cảm giác an lạc hay thần thông là giác ngộ. 4.4- Chấp một pháp làm cứu cánh, ví dụ, chấp vào thiền định, vào giới luật, vào trì chú... mà quên mất tánh giác vốn sẵn. 5.4- Chối bỏ Phật, Pháp, Tăng, tự xưng mình là Phật, là bậc giác ngộ.*

*-5/* ***Kiền thiềng***[(5)]*: thành tâm, kiên định.*

*-6/* ***Nhả ngọc phun châu***[6]*: Nhả ngọc là nói ra lời như ngọc quý, lời thanh tao, đẹp đẽ, quý giá. Phun châu như thể thốt ra là châu báu, là lời có giá trị, sâu sắc, tinh tế, được dùng để ca ngợi chư Phật, Bồ Tát thuyết pháp, lời lẽ như ngọc như châu, nghĩa là lời Pháp quý báu, thanh tịnh khiến người nghe khai ngộ.*

*-7/* ***Nhị nguyên***[7]*: Các cặp đối đãi như Chân & Vọng, như Sáng & Tối, như Sinh & Diệt, như Ta & Người,i như Hữu & V*

*-8/* ***Hành, trụ, tọa, ngọa***[8]*: là đi, đứng, nằm, ngồi.*

*-9/* ***Lai đáo***[9]*: Trở về*

*-10/* ***Câu thông***[10]*: Sự thông cảm, hiểu nhau bằng tâm, không cần ngôn ngữ giữa thầy và trò, giữa Phật và Bồ Tát, hoặc giữa người với cảnh giới cao hơn. Người học đạo khi vọng niệm lắng xuống, tự câu thông với pháp giới, thấy tánh chân như là chỉ sự hòa nhập giữa cá thể và pháp giới, tâm cá nhân và tâm vũ trụ không còn cách biệt.*

*-11/ **Bỉ thử**(11): Bên này với bên kia hay ta với người hoặc cái này đối với cái kia dùng để chỉ hai phía đối lập, hoặc hai chủ thể đang được so sánh, đối chiếu, tách biệt.*

*-12/ **Chánh pháp nhãn tạng**(12): Nghĩa là kho báu con mắt trí tuệ của chánh pháp, tức tinh yếu, cốt tủy, con mắt thấy đạo của Phật. Câu này nổi tiếng từ câu nói của Đức Phật Thích Ca Mâu Ni trong buổi truyền pháp cho Tổ Ca Diếp trong một lần Phật đưa cành hoa lên, ngài Ca Diếp mỉm cười và Phật liền nói: "Ta có chánh pháp nhãn tạng, Niết-bàn diệu tâm, thực tướng vô tướng, pháp môn vi diệu, nay trao cho Ma-ha Ca-Diếp". Đây là sự kiện mở đầu cho Thiền tông, nhấn mạnh yếu chỉ: "Giáo ngoại biệt truyền, Bất lập văn tự, Trực chỉ nhân tâm, Kiến tánh thành Phật." Chánh pháp nhãn tạng là cốt tủy giác ngộ của Phật, được truyền bằng tâm, không qua sách vở, và là nền tảng truyền thừa của Thiền tông. Ai nhận được nó, là người thấy được tánh mình, thoát khỏi sinh tử.*

*-13/ **Đấng pháp vương**(13): Vị vua của Pháp, người lãnh đạo tối cao trong việc bảo vệ và truyền bá giáo pháp hay là tôn xưng Đức Phật.*

*-14/ **Tín tâm kiên cố**(14): Là niềm tin vững chắc, không bị nghi hoặc, lay chuyển bởi những hoàn cảnh khó khăn, thử thách hay nghi ngờ. Người có tín tâm kiên cố vững bước trên con đường tu hành, không dễ chán nản hay từ bỏ. Đây là nền tảng quan trọng trong hành trình tu tập, giúp giữ vững chí nguyện, tăng trưởng đạo lực.*

## Phẩm Kinh Thơ Viên Giác Số 11
## *Chương* Viên Giác

Bồ tát Viên Giác[1] trưởng tràng
Từ trong đại chúng đàng hoàng bước ra
Đỉnh đầu lạy Phật sâu xa
Ba vòng nhiễu[2] phải, thiết tha thưa rằng:
"Bạch Phật trí tựa ánh trăng
Dạy phương tiện giác công năng nhiệm mầu
Khiến người đời cuối ở đâu,
Nghe mà lợi ích càng sâu tu trì.
Nay chúng đệ tử quy y[3]
Đã tỏ đôi chút đường đi ứng cầu.
Nhưng đời sau, Phật diệt lâu
Người chưa ngộ đạo biết đâu thực hành?
Xin Phật từ ái tâm lành
Dạy cách lập đạo-tràng thành tu thân

Ba đường thiền quán đầu phần
Ánh viên giác sáng giúp gần đạo thiêng.
Cúi xin chỉ dạy tỏ riêng
Cho người sau biết tu thiền vẹn chân."
Lạy ba lần, tạ thâm ân
Năm phần thân thể cúi gần đất sâu.
Phật rằng: "Hay lắm thiện cầu
Hỏi về phương tiện nhiệm mầu viên thông
Lợi lạc muôn chúng thâm nồng,
Ông nghe ta giảng pháp đồng cơ duyên"
Viên Giác cùng chư thánh hiền
Chí thành lặng lẽ phược, triền(4) tu tâm
Phật bèn dạy cách suy tầm
Gieo thời hiện tại hạt mầm sau khi.
Đại thừa tín hạnh tu trì
Phải nên lập chốn đạo nghi an hòa
Lo xong tứ chúng gần xa
Thì nên thiền quán theo đà Như Lai.
Nếu không vướng việc trần ai
Lập nơi tịnh thất lâu dài an thân
Trường kỳ trăm hai mươi phần
Vừa thời trăm bữa, ngắn cần tám mươi.

Nếu Phật Niết bàn hữu dư
Quán về thân sáng chiếu từ chân không
Giá như Phật nhập pháp đồng
Tượng treo, hoa trải, câu thông thấy Ngài.
Mắt nhìn cho rõ tượng đài
Rồi nhắm tưởng niệm hình hài Như Lai
Nhất tâm nhớ mãi không sai
Cũng như diện kiến Phật đài uyên nguyên.
Ba tuần nhật dạ liên miên
Lạy danh hiệu Phật khắp miền mười phương
Ăn năn sám hối mọi đường
Cảm điềm lành đến, tâm thường nhẹ thanh.
Sau ba tuần ấy chuyên hành
Tập trung thiền quán, bước nhanh tu trì
Cùng ba thiền pháp hợp nghi
An cư tùy chọn theo kỳ căn cơ.
An cư(5) đầu hạ phụng thờ
Theo chân Bồ Tát tối sơ âm thầm
Duyên giác(6) chẳng phải nhập tâm
Không dự đồng chúng, đừng nhầm Thanh văn(7).

Ngày đầu đối Phật thượng căn,
Tác bạch khấn nguyện tâm bèn khởi lên:
"Đệ tử danh tánh nêu tên,
Theo hàng tứ chúng nguyện đền tứ ân(8).
Tu đạo Bồ Tát chuyên cần
Tịch diệt(9) làm gốc, quên thân chính mình
Lấy viên giác sáng quang minh
Làm nơi an trụ, hành trình tâm tu."
Tiểu thừa(10) không tựa công phu,
Nương Bồ tát đạo(11) phạm trù độ sinh
Ba tháng an trụ tự hình
Vì cầu giác ngộ vô minh dứt trừ.
Cuối ba kỳ trụ, tâm tư
Đi lại tùy nguyện, chẳng từ chướng duyên(12).
Người sau, an trụ hết phiền
Nghe điều trái pháp chớ khuyên nhận vào.
Thiền tĩnh(13) là pháp sơ cao
Xa-ma-tha(14) giữ không xao niệm lành.
Tĩnh sâu thì giác sáng nhanh,
Từ thân đến cõi, pháp hành cũng thông.
Giác tỏa khắp cõi đại đồng
Một niệm chúng khởi cũng thông rõ ràng

Dù trăm nghìn cõi lan tràn
Tĩnh, giác hiển hiện nhẹ nhàng không sai.
Thiền động(15) cao tiếp thắng tài
Tam-ma-bát-đế(16), lòng khai chí bền
Tưởng mười phương Phật hiện lên
Tổng trì tùy thuận kiên bền chí tâm.
Tinh tấn, khổ hạnh thậm thâm,
Tạo thành cá tính lặng thầm cao sâu
Dù gặp hiện tượng nhiệm mầu
Chưa từng được dạy, không thâu nhận liền.
Thiền thuần(17) là bước cuối duyên
Thiền-na(18) là pháp lắng triền phược tâm
Biết từng ý khởi âm thầm
Sát na sinh diệt biết tầm rõ ngay.
Nằm, ngồi, đi, đứng hằng ngày
Biết bao ý niệm dậy bày không quên
Rồi dần tiến đến trí bền
Biết từng giọt nước khắp trên cõi đời.
Ba môn thiền quán đừng vơi
Tu đồng viên mãn, Phật thời hiện ra
Chúng sinh căn độn(19) thấp xa,
Muốn cầu tuệ giác vẫn là khó thay.

Vì do nghiệp cũ quá dày,
Chướng duyên cản lối đêm ngày tối tăm.
Nên cần sám hối mỗi rằm
Dứt yêu ghét chướng, tập chăm tâm thiền.
Trong ba pháp ấy dịu hiền
Chọn một đường trước, giữ yên chánh cần
Nếu không thành, đổi pháp thân
Tu từng bước vững, dần gần đạo chân.
Tuyệt đối không thối tinh thần
Không chán không mõi, thêm phần phát tâm.
Một thiền chưa ngộ thì tầm,
Thiền khác nắm lấy, chớ lầm bỏ qua.
"Viên Giác! con chớ quên nha
Chúng sinh cầu giác phải là khởi tâm.
Chọn kỳ an trú âm thầm
Một trong ba bậc, y thâm tu hành.
Ba tuần đầu phải chí thành
Sám hối tội lỗi đặng nhanh dứt trừ.
Sau đó thiền quán suy tư,
Những gì chưa học, mong người chớ tin.
Một là thiền tĩnh giữ gìn
Hai là tưởng Phật như in tấc lòng.

Ba là thiền đếm tâm trong,
Biết từng niệm khởi, kết dòng viên thông.
Đó là ba pháp sơ công
Ai tu trọn vẹn Phật đồng hiện thân
Nếu người kém trí khó phần
Phải thêm sám hối, chuyển dần tâm mê.
Khi tâm lắng sạch não nề
Thì điều Phật dạy hiện về tỏ soi."
Đạo mầu chẳng phải để coi
Thực hành chánh niệm[20] rạch ròi tâm can.
Viên giác chẳng có ngã mang
Không còn chấp tướng, chẳng màng thị phi.
Dù cho thế giới chuyển ly
Tâm hư không rỗng, chung quy đoạn sầu.
Tu hành chẳng chấp mau lâu
Chỉ cần chí nguyện bền sâu thật lòng.
Thiền là ánh sáng thanh trong
Soi từng ý niệm thong dong lối về.
An cư ba tháng Bồ đề
Chánh hạnh viên mãn[21], chẳng hề viễn vông.
Một niệm thấu cả hư không
Nhất tâm là cả đại đồng hiện ra.

Chớ nên vọng tưởng tà tà
Chỉ luôn nhớ Phật, ý ta chân thường.
Tâm nào đoạn chấp bi thương
Lòng ấy nhẹ bổng, vào đường viên minh.
Bao đời mê muội điêu linh
Giờ đây tỉnh thức, tận tình pháp môn.
Hành theo kinh tạng Phật ngôn,
Tham sân si dứt, tâm hồn lắng sâu.

Nam Mô Viên Giác Diệu Trí Như Lai Ứng Cúng Chánh Đẳng Chánh Giác Bồ Tát Ma Ha Tát

**Chú thích:**

-1/ ***Viên Giác***(1): *Viên Giác Bồ Tát hỏi Phật về cách tu tập sau khi đã giác ngộ, làm sao để không rơi vào chấp "ngộ", không bị ràng buộc bởi ngã kiến về sở chứng. Ngài đại diện cho hành giả đã ngộ được lý Viên Giác, nhưng còn cần tinh tấn, lìa chấp, vào sâu thật tế Viên Giác Tánh là cốt lõi của kinh này.*

-2/ **Ba vòng nhiễu**(2): *Ba vòng đi nhiễu quanh Phật theo tay phải là một nghi lễ trang nghiêm trong Phật giáo, mang ý nghĩa kính lễ, cúng dường và tu hành đúng pháp. Đây là nghi thức phổ biến từ thời Đức Phật còn tại thế, thường được các vị Bồ Tát, đệ tử và cả vua chúa áp dụng khi diện kiến Phật. Ba vòng tượng trưng cho Giới, Định, Tuệ tức là ba nền tảng tu hành đưa đến giải thoát.*

-3/ **Quy y**(3): *nghĩa là quay về nương tựa, là bước đầu tiên và trọng đại của người phát tâm học Phật: quay về nương tựa Tam Bảo là Phật, Pháp, Tăng để sống đời chánh tín, từ bỏ tà mê. Tam Bảo gồm 1.3-Phật Bảo: Bậc đã giác ngộ viên mãn, dạy đường giải thoát. Ta nương vào Phật như người dẫn đường. 2.3-Pháp Bảo: Giáo pháp chân lý, như con đường đưa đến Niết Bàn. 3.3-Tăng Bảo: Người tu hành thanh tịnh, gìn giữ và truyền dạy Phật pháp, như bạn đồng hành.*

-4/ **Phược, triền**(4): *Phược có nghĩa là trói buộc bằng dây, tượng trưng cho những phiền não, dục vọng trói chặt tâm, làm ta không thể tự* *tại. Triền có nghĩa là quấn quanh, ràng rịt, tượng trưng cho những thói quen, chấp trước, si mê quấn lấy thân tâm, khiến ta không thoát ly được. Đây là hai loại chướng ngại nội tâm nằm trong nhóm phiền não chướng, ngăn cản hành giả vì phược khiến tâm bị cột chặt, không vươn lên giải thoát và triền khiến tâm bị ràng rịt dai dẳng, khó dứt được tập khí.*

-5/ ***An cư***(5)*: là một pháp tu truyền thống từ thời Đức Phật, trong đó chư Tăng Ni dừng chân tại một trú xứ cố định suốt ba tháng mùa mưa để chuyên tu giới, định, tuệ, không đi lại khắp nơi, tránh giẫm đạp sinh linh, đồng thời nuôi dưỡng nội tâm thanh tịnh, tinh chuyên hành đạo.*

-6/ **Duyên giác**(6)*: Là bậc giác ngộ nhờ quán thập nhị nhân duyên, không cần thầy dạy, tu hành một mình, không giáo hóa chúng sinh.*

-7/ **Thanh văn**(7)*: Là người nghe Phật giảng pháp mà giác ngộ. Tu tập Tứ Diệu Đế, thoát sinh tử cho riêng mình.*

-8/ ***Tứ ân***(8): *Bốn ân sâu cần báo đáp gồm Ân cha mẹ vì sinh thành dưỡng dục. Ân chúng sinh vì trợ duyên tồn tại. Ân quốc gia vì bảo hộ cuộc sống và Ân Tam Bảo vì dạy đạo, cứu khổ.*

-9/ ***Tịch diệt***(9): *Nghĩa là lặng yên, dứt hết phiền não, an trú Niết bàn tức vào cảnh giới không sinh không diệt, giải thoát tuyệt đối.*

-10/ ***Tiểu thừa***(10): *Nghĩa là "cỗ xe nhỏ", chỉ pháp tu cầu giải thoát riêng mình, không độ tha, chỉ chung hàng Thanh văn, Duyên giác.*

-11/ ***Bồ tát đạo***(11): *Đường tu của Bồ Tát, người phát tâm cứu độ tất cả chúng sinh, không chỉ cầu giải thoát riêng mình mà hạnh nguyện là Lục độ vạn hạnh, đạt Phật quả viên mãn. Đây là lý tưởng tối cao trong đại thừa để phân biệt lý tưởng tu hành hạn hẹp của hàng Thanh văn Duyên giác với con đường Bồ Tát.*

-12/ ***Chướng duyên***(12): *Là những điều kiện bất lợi, ngăn cản việc tu hành, cản trở ta làm việc thiện hay thành tựu đạo nghiệp. Chúng là những nghịch duyên, khiến tâm bất an, thối thất, phiền não, làm cản trở đường giải thoát.*

*Có hai loại là nội chướng duyên như thân bệnh, ốm đau, yếu đuối, hay phiền não như tham, sân, si, loạn tưởng, hôn trầm hoặc giới hạnh yếu như không giữ giới, tâm phóng dật. Thứ đến là Ngoại chướng duyên như hoàn cảnh khó khăn vì nghèo, thiếu cơm áo, bận rộn, chiến tranh...Hay bị người phá hoại như bị chê cười, cản trở từ người thân, bạn bè, xã hội hoặc ma chướng như bị tà kiến, ngoại đạo, vọng tưởng phá đạo tâm.*

-13/ **Thiền tĩnh**(13): *Thiền trong trạng thái lặng lẽ, vắng lặng, tâm không loạn động, chủ yếu là ngồi thiền yên tĩnh, quán hơi thở, an trú nội tâm.*

-14/ ***Xa-ma-tha***(14): *tức là thiền chỉ, dừng tâm, làm cho tâm an định, không tán loạn. Đây là giai đoạn tĩnh tâm trong thiền, trước khi quán sát.*

-15/ **Thiền động**(15): *Thiền trong trạng thái động tác, như thiền hành, làm việc trong chánh niệm. Thiền này trong trạng thái không chỉ ngồi tĩnh, có thể đi, đứng, nằm, ngồi mà giữ tâm tỉnh giữa đời sống.*

-16/ ***Tam-ma-bát-đế***(16)*: Thiền quán, chiếu soi vạn pháp, thấy rõ vô thường, vô ngã. Giai đoạn tuệ giác phát sinh sau khi tâm đã định.*

-17/ **Thiền thuần**(17)*: Thiền thuần nhất, không xen lẫn vọng tưởng. Tâm hoàn toàn định và tuệ hợp nhất, thanh tịnh tuyệt đối.*

-18/ **Thiền-na**(18)*: Dịch âm từ Phạn ngữ, nghĩa là tĩnh lự, thiền định, tên gọi chung cho pháp tu thiền trong Phật giáo.*

-19/ ***Căn độn***(19)*: là người có căn cơ chậm lụt, khó tiếp thu, hiểu pháp chậm. Vì vậy mà những ai căn độn thì cần pháp tu đơn giản, dễ hành trì.*

-20/ ***Chánh niệm***(20)*: Là khi tâm biết rõ, tỉnh thức, không lãng quên hiện tại. Đây chính là gốc của thiền, giữ tâm không phóng dật, luôn tỉnh giác.*

-21/ ***Chánh hạnh viên mãn***(21)*: là tu đúng pháp, không chấp pháp, đạt trí tuệ viên mãn, từ bi viên mãn, dứt hết khổ đau, thành tựu giải thoát rốt ráo. Đây là đỉnh cao của đạo hạnh và* *là con đường hoàn hảo mà mọi hành giả Phật giáo mong cầu.*

## Phẩm Kinh Thơ Viên Giác Số 12

*Chương Hiền Thiện Thủ*

Phật đang thuyết pháp nhiệm mầu,
Ngài Hiền Thiện Thủ cúi đầu tạ ân.
Đảnh lễ bậc Thầy thiên nhân (1)
Quanh ba vòng nhiễu, tinh thần kính dâng.
Chắp tay quỳ xuống ân cần,
Thưa rằng: "Xin Phật mở tầng pháp sâu.
Chúng con cùng kẻ về đâu,
Lắng nghe lời dạy, nhiệm mầu khó suy.
Kinh này danh gọi điều chi?
Nên trì tụng cách làm gì cho hay?
Ai tu sẽ được phước dày?
Chúng con hộ pháp bằng ngay cách nào?

Kinh này truyền bá phương nao?
Lợi ích tu tập, truyền trao cách vào?"

Nói rồi lễ lạy cúi chào,
Thêm ba lần nữa, dạt dào niềm tin.
Phật khen: "Thiện hữu khéo nhìn,
Pháp luân thường chuyển [2], giữ gìn tương lai.
Nay Ta giảng các đề tài,
Ông đặt nghi vấn chẳng sai tao phùng."
Bồ Tát hoan hỷ vô cùng,
Chư vị thính chúng đại hùng lắng nghe.
Phật rằng: "Kinh pháp như bè,
Vượt qua bể khổ, bỏ ghe lên bờ.
Chư Phật ba cõi huyền cơ
Hộ trì kinh pháp, phụng thờ truyền đi.
Mười phương Bồ Tát quy y,
Khế kinh diệu nhãn pháp kỳ mười hai[3].
Kinh tên Viên Giác cao tài,
Tổng trì (4) pháp lớn, Như Lai giảng bày.
Là nơi trí tuệ chánh ngay,
Là kho nghĩa lý cao dày thâm sâu.
Chánh định bí mật cao đầu,
Như Lai cảnh giới nhiệm mầu vô biên.
Tu hành theo đúng lời truyền,
Tuần tự tiến bước vững miền giác tâm.

Kinh này là pháp đốn âm (4),
Cho người căn bén thẳng tầm ngộ ngay.
Nhưng người tiệm học (5) cũng hay,
Như sông ra biển hiển bày nước chung.
Muỗi mòng, chim thú, côn trùng,
Uống vào biển pháp đều cùng thỏa tâm.
Bảy báu chất đầy trăm hầm
Dâng cúng muôn cõi chẳng tầm bằng đây.
Nghe danh Viên Giác pháp này,
Phước kia còn quý hơn bầy ngọc châu.
Dẫu ai giáo hóa dài lâu,
Muôn vàn La Hán (6) vẫn đâu sánh bằng.
Nửa câu kinh pháp rõ rằng,
Tuyên ra cũng được sông Hằng phước duyên.
Nghe danh mà chẳng đảo điên,
Tin sâu chẳng ngại, chẳng phiền lòng nghi.
Biết người ấy đã từng khi
Nghe kinh nơi Phật trải vì hằng sa.
Các ông phải hộ người ta,
Chớ cho ngoại đạo xâm qua thân mình.
Ma vương đừng hại sinh linh,
Tâm kia đừng để thối tình tu theo.

Ta khuyên hãy vững tay chèo,
Nghe kệ pháp đặng như gieo hạt mầm:
"Kinh này chư Phật truyền tâm,
Như Lai giữ mãi âm thầm chẳng sai.
Mười hai khế pháp (7) từng bài,
Kinh là đôi mắt thánh thai (8) cõi trần.
Tên là Viên Giác chí chân,
Tổng trì pháp lớn tinh thần Như Lai.
Ai mà tu tập lâu dài,
Cũng lên quả Phật chẳng sai chút nào.
Ví như biển lớn sóng trào,
Sông ngòi khắp chốn đều vào biển chung.
Muôn loài uống nước đủ dùng,
Không ai thiếu phước, chẳng cùng đói khô.
Dẫu cho bố thí cơ đồ,
Bảy báu đầy cả đế đô cõi này,
Cũng không bằng phước lâu ngày,
Được nghe một chữ kinh này thâm sâu.
Nếu người độ chúng qua cầu,
La Hán thành tựu phước mầu vẫn sau.
Nói ra nửa kệ thông làu,
Cũng hơn ngàn vạn con tàu độ sinh.

Mai sau ai giữ chân tình,
Trì kinh, giảng pháp, giữ mình đừng lui."
Nghe xong, Bồ tát bùi ngùi,
Đồng quỳ đảnh lễ an vui đạo tràng
Tám mươi ngàn vị Kim Cang (9),
Đứng lên cúi lạy Phật vàng từ tâm.
Hỏa Thủ (10), Ni Lam (11), phạm âm
Cùng nhau tác bạch, nguyện thầm ước duyên:
"Mai thời mạt pháp (12) hiện tiền,
Kinh này ai giữ để truyền hậu lai.
Xin nguyền đêm ngắn ngày dài,
Giữ như con mắt, chẳng sai lời thề.
Chốn nào hẻo lánh sơn khê,
Chúng con gìn giữ chẳng nề sớm hôm.
Thân thể, mắt mũi, miệng mồm,
Tai ương tật bệnh con ôm vào mình.
Tài lương (13) chẳng thiếu linh tinh,
Phước duyên sung mãn, thân hình an khang."
Đế Thích (14), Phạm Thiên (15) vội vàng
Cùng bốn bộ chúng (16) nghiêm trang khẩn nguyền.
Hai tám vị chúa thiên tiên (17),

Lạy Phật, trợ lực kẻ truyền giác kinh.
"Người trì pháp ấy chân tình,
Chúng con bảo hộ hành trình bình an."
Lại thêm vương quỷ [18] ngập tràn,
Cát Bàn Trà [19] đứng đầu hàng lạy ngay.
Mười vạn quỷ [20] chúng chấp tay,
Đều xin hộ pháp đêm ngày chẳng quên.
Chốn nào người ấy sống bên,
Một do tuần [21] rộng vững bền bủa vây,
Quỷ ma ác độc đến đây,
Chúng con nghiền nát như bầy cát tan.
Phật truyền pháp giảng rõ ràng,
Tám bộ thiên chúng [22] rộn ràng hân hoan.
Đại hội Bồ tát muôn ngàn,
Lắng nghe pháp Phật ngút ngàn niềm tin.
Tất cả tâm ý nguyện xin
Tin sâu, thọ pháp, giữ gìn phụng tu.
Như Ninh [23] cầu đức Văn Thù[24],
Gia trì trí tuệ công phu đại thừa.
Kinh này diệu dụng như mưa,
Cây lớn, cây nhỏ đều vừa tánh linh.
Cho con diễn đúng liễu kinh[25],

Không sai ý Phật, công trình thi ca.
Nam Mô Viên Giác Diệu Trí Như Lai Ứng Cúng Chánh Đẳng Chánh Giác Bồ Tát Ma Ha Tát

**<u>Chú Thích:</u>**

*-1/ **Thầy thiên nhân** (1): Đức Phật là bậc thầy vĩ đại, không chỉ cho con người mà còn cho chư thiên. Ngài là người giác ngộ hoàn toàn, có khả năng giáo hóa, chỉ dạy con đường giải thoát cho tất cả chúng sinh trong lục đạo (sáu cõi), bao gồm cả trời và người .*

*-2/ **Pháp luân thường chuyển** (2): có nghĩa là bánh xe chánh pháp luôn luôn được chuyển động, ám chỉ việc Phật pháp luôn được truyền bá, giảng dạy, dẫn dắt chúng sinh thoát khỏi khổ đau sinh tử luân hồi.*

*-3/ **Pháp kỳ mười hai** (3): Thập Nhị Bộ Kinh gồm: Kinh; Trùng tụng; Thí dụ; Bổn sanh; Bổn sự ; Vị tằng hữu; Nhân duyên; Thọ ký; Phúng tụng; Luận nghị; Tự thuyết & Phương quảng*

-4/ **Pháp đốn âm** (4): *Ngộ ngay tức khắc", chứng ngộ ngay lập tức, không trải qua các giai đoạn tiệm tiến, trực ngộ chân tâm, thấy tánh thành Phật ngay trong hiện tại như Thiền Tông Lục Tổ Huệ Năng là đại biểu tiêu biểu của đốn ngộ.*

-5/ **Tiệm học** (5): *Nghĩa là: "Tu dần dần", theo từng bước, có trình tự rõ rang, nhấn mạnh sự tích lũy công đức, chuyển hóa tập khí phiền não qua thời gian dài như hệ thống kinh điển như A-hàm, Kinh Hoa Nghiêm, Kinh Pháp Hoa, pháp môn Tịnh Độ đều thuộc dạng tiệm tu, phù hợp cho người căn cơ trung bình hoặc sơ cơ, cần thời gian tu sửa tâm thức.*

-6/ **La Hán** (6): *còn gọi đầy đủ là A-la-hán, là một trong những quả vị cao trong Tiểu thừa Phật giáo (Thanh Văn thừa), và cũng được tôn kính trong Đại thừa với vai trò là các vị thánh giả.*

-7/ **Mười hai khế pháp** (7): *Khế lý là phù hợp với chân lý; Khế cơ là hợp với căn cơ. Do đó, Mười hai khế pháp là mười hai cách Đức Phật truyền dạy chánh pháp, dưới các hình thức khác nhau.*

*-8/ **Kinh là đôi mắt thánh thai** (8): Kinh điển là ánh sáng trí tuệ ví như con mắt Thánh nhân, hay ánh sáng khai mở trí tuệ giác ngộ trong hành trình tu tập, tức những người đang tu hành nhìn thấy con đường giác ngộ.*

***-9/ Tám mươi ngàn vị Kim Cang** (9): biểu trưng cho một đội ngũ hộ pháp rộng lớn, có oai lực mạnh mẽ,luôn bảo vệ chánh pháp, hộ trì người tu hành, và diệt trừ chướng ngại ma sự.*

*-10/ **Hỏa Thủ** (10)): một vị hộ pháp có sức mạnh thiêu đốt tà ma, đuổi trừ chướng ngại, tượng trưng cho trí tuệ bừng cháy phá tan vô minh. Trong Mật giáo, có nhiều vị Hỏa bộ thần ví dụ như Hỏa Đầu Kim Cang, Bất Động Minh Vương v.v...*

*-11/ **Ni Lam** (11): phiên âm từ tiếng Phạn hoặc Tạng ngữ như Nīlāmba, Nīlāca, Nīlakaṇṭha, v.v. Có khả năng là một vị thần phương hướng.*

*-12/ **Mạt pháp** (12): là thời kỳ cuối cùng của chánh pháp. Đây là giai đoạn Phật pháp vẫn còn tồn tại trên danh nghĩa, nhưng niềm tin suy*

*giảm, tu hành lỏng lẻo, người hành trì đúng chánh pháp ngày càng ít.*

*-13/* ***Tài lương*** *(13): thường dùng để chỉ phẩm chất, tài năng và đức độ của một người tu hành hoặc người có khả năng giữ gìn và truyền thừa Phật pháp.*

*-14/* ***Đế Thích*** *(14): chúa tể trời Đao Lợi thuộc cõi trời Dục giới, là một trong những vị thần thường xuất hiện trong kinh Phật, có vai trò bảo hộ Phật pháp và đôi khi đứng ra hỏi Phật những câu hỏi sâu sắc nhằm làm sáng tỏ giáo pháp.*

*-15/* ***Phạm Thiên*** *(15): là vị thần tối cao trong cõi trời Phạm Thiên thường được coi là vị thần sáng tạo vũ trụ theo quan niệm truyền thống của Ấn Độ giáo, là người bảo hộ Phật pháp, thường xuất hiện trong kinh điển như một vị thần kính trọng Đức Phật và tham gia các sự kiện trong cuộc đời của Ngài.*

*-16/* ***Bốn bộ chúng*** *(16): Trong đạo Phật, Bốn bộ chúng chỉ bốn nhóm đối tượng căn bản tạo thành cộng*

*đồng Phật giáo, giúp bảo tồn và truyền bá Phật pháp: Tỳ-kheo, Nam tu sĩ, người xuất gia tu hành theo giới luật nghiêm mật. Tỳ-kheo-ni, Nữ tu sĩ, người xuất gia là nữ giới. Ưu-bà-tắc, Nam cư sĩ, người tại gia theo Phật pháp, giữ giới và tu học tại gia. Ưu-bà-di, Nữ cư sĩ, người tại gia nữ theo Phật pháp.*

*-17/* **Chúa thiên tiên** *(17): Người đã tu thành Tiên, cư ngụ trên Trời, hưởng đời sống trường tồn, thanh tịnh, và thoát khỏi luân hồi sinh tử."*

*-18/* **Vương quỷ** *(18): vị chúa tể cai quản các loài quỷ, thường đứng đầu trong thế giới âm phủ, u minh hay quỷ đạo. Tùy theo hệ thống tín ngưỡng (Phật giáo, Đạo giáo, dân gian...), Quỷ Vương có những hình ảnh, vai trò và sắc thái khác nhau: từ tà ác đáng sợ đến người trông coi địa ngục, giữ trật tự âm giới.*

*-19/* **Cát Bàn Trà** *(19): nghĩa là: Hộ pháp địa phương – tức vị thần giữ đất, giữ nơi chốn linh thiêng.*

*-20/* **Mười vạn quỷ** *(20): quỷ không đơn thuần là "ma ác", mà còn là biểu hiện của tâm phiền*

*não, nghiệp lực, hoặc thế lực cản trở con đường giác ngộ.*

*-21/* ***Một do tuần*** *(21): Do tuần là một đơn vị thời gian trong cách tính xưa, tương đương với một tuần lễ.*

*-22/* ***Tám bộ thiên chúng*** *(22): Thiên Long, Dạ xoa, Càn thát bà, A tu la, Ca lâu la, Khẩn na la, Ma hầu la già.*

*-23/* ***Như Ninh*** *(23): Pháp danh của tác giả*

*-25/* ***Văn Thù****(24): Vị Bồ tát được tôn kính như hiện thân của trí tuệ siêu việt, đặc biệt là Bát Nhã trí, tức trí tuệ thấy rõ tánh Không và giải thoát khỏi mọi mê lầm chấp trước. Ngài phát nguyện độ thoát tất cả chúng sanh bằng trí tuệ, đưa vào biển giác.*

*-26/* ***Liễu kinh****(25): là cách gọi vắn tắt của liễu nghĩa kinh, tức những kinh điển có nghĩa rốt ráo, viên mãn, không cần giải thích thêm. Đây là những kinh trực tiếp giảng về chân lý tuyệt đối, không dựa vào quyền xảo hay phương tiện.*

**Khai kinh Ngày 25 MAY 2022.**
**Diễn thơ hoàn tất August 3-2025**

# ĐÔI DÒNG VỀ TÁC GIẢ

Như Ninh Nguyễn Hồng Dũng sinh tại Quảng Ngãi, định cư tại Hoa Kỳ theo diện Tỵ nạn Chính trị. Tốt nghiệp Electronics Engineer in San Jose State University & Doctor of Philosophy in Southern California University. Công việc: SMT & QA Engineer & Product Manager cho các hãng Solectron Inc, Wellex Manufacturing Company, Pemstar Electronics Inc. Giáo sư Trường Đại học California State University East Bay Hayward; Project Diversity Screening Committee cho Thành phố San Jose; Thành lập hệ Thống Vegetarian Di Lac. Hiệu Trưởng Trung tâm Giáo Dục Phù Đổng; Hiệu Trưởng Cao Đẳng Phật Giáo Thực Dụng. Sinh hoạt Cộng đồng: Vice Chairman of Federation of Vietnamese American in Northern California;

Phó Chủ Tịch Văn Thơ Lạc Việt Hải Ngoại; Head of Vietnamese American Culture Foundation VACF, Chủ bút Báo Hoa Cành Nam (hậu thân của Nam Đồng Thư Xã). Chủ biên và Bình luận thời sự về Chính trị, Văn hóa, Giáo dục trên Hệ thống Direct T.V Truyền Hình Viên Thao, Vietnam American Television VNA, Hệ thống Truyền Thông Calitoday, Vietnam Century Media & Vì Dân Media.

**Tác phẩm đã xuất bản:**

-Nước Mắt của Biển (1992)
-Pháp Vũ (2008)
-Tường Vân (2010)
-Búp Sen Hừng Sáng (2011)
-Chuyến Đi Biền Biệt (2012)
-Quang Trung Hồn Việt (2013)
-Kinh Thơ Diệu Pháp Liên Hoa (2015)
-Lam Sơn Hồn Việt (2016)
-Kinh Thơ Hoa Nghiêm (2018)
-Kinh Thơ Viên Giác (2025)
-Thăng Hoa Cuộc Đời I, II, III (24, 25, 26)

**Tác Phẩm sẽ in:**

-Thân Chứng
-Duy Ma Cật Thời Đại Kỹ Thuật Số
-Kim Cang Kinh Thi Phẩm
-Chữ Nho

www.ingramcontent.com/pod-product-compliance
Lightning Source LLC
LaVergne TN
LVHW042050051026
849517LV00012B/591
*9798295546617*